AF519547

സലിം എം. പി. കണ്ണവം

കണ്ണൂർ ജില്ലയിലെ കണ്ണവം എന്ന ചെറു ഗ്രാമത്തിൽ പാരമ്പര്യമുള്ള ഒരു ഇടത്തരം കുടുംബത്തിൽ കെ.വി. കുഞ്ഞിമമ്മുമാസ്റ്ററുടെയും എം. പി. മറിയുമ്മയുടെയും മകനായി 1949 ൽ ജനിച്ചു. പ്രാഥമിക വിദ്യാഭ്യാസം കണ്ണവം യു. പി. സ്കൂളിലും ഹൈസ്കൂൾ പഠനം കൂത്തുപറമ്പ് ഹൈസ്കൂളിലും ആയിരുന്നു. കൂത്തുപറമ്പ് നിർമ്മലഗിരി കോളജിൽ പ്രീഡിഗ്രി കഴിഞ്ഞു. 1968ൽ കോഴിക്കോട് മെഡിക്കൽ കോളജിൽ നിന്ന് ഡിഫാം കോഴ്സ് പാസായി കേരള ആരോഗ്യവകുപ്പിൽ ഫാർമസിസ്റ്റ് തസ്തികയിൽ നിയമിതനായി. നീണ്ട മുപ്പത്തിനാല് വർഷങ്ങൾക്കിടയിൽ പടിപടിയായി ഉയർന്ന് സ്റ്റോർ സുപ്രണ്ട് എന്ന ഗസറ്റഡ് തസ്തികയിൽ എത്തി. തുടർന്ന് ജില്ലാ മെഡിക്കൽ സ്റ്റോർ കാഞ്ഞങ്ങാട് (കാസർഗോഡ് ജില്ല), ജില്ലാ മെഡിക്കൽ സ്റ്റോർ കണ്ണൂർ എന്നിവയുടെ മേലധികാരിയായി സേവനം അനുഷ്ഠിച്ചു. 2004 ൽ സർവ്വീസിൽ നിന്ന് പിരിഞ്ഞു. ഇപ്പോൾ എഴുത്തും വായനയുമായി വിശ്രമജീവിതം നയിക്കുന്നു.

വിലാസം : 'ഷാഹ്സ്'
കണ്ണവം
കണ്ണോത്ത് പി.ഒ. 670650
ഫോൺ : 9447910633

Malayalam Language
Kannavam Peruma
(Memories)
by
Salim M. P. Kannavam
♦
Published in May 2022
by Kairali Books Private Limited
Thalikkavu Road, Kannur.
Ph : 0497-2761200
E-Mail : kairalibooksknr@gmail.com
♦
Cover Design
Prasanth Mangad

Price ₹ : 170.00

05/22-23/Sl.No.1310/500/NS 18.6
ISBN 978-93-49727-62-5

കണ്ണവം പെരുമ

സലിം എം. പി. കണ്ണവം

കൈരളി ബുക്സ്

ഉള്ളടക്കം

സമർപ്പണം

ചിറ്റാരിപ്പറമ്പ്, കണ്ണവം പ്രദേശങ്ങളിലെ സാമൂഹ്യ വിദ്യാഭ്യാസ മേഖലയിൽ വ്യക്തിമുദ്രപതിപ്പിച്ച എന്റെ വന്ദ്യപിതാവ് കെ.വി. കുഞ്ഞിമമ്മു മാസ്റ്റർ അവർകളുടെ പാവനസ്മരണക്ക് ഈ ലേഖനസമാഹാരം സമർപ്പിച്ചുകൊള്ളുന്നു.

ആമുഖം

ആററപതിറ്റാണ്ട് മുൻപ് മണ്ണെണ്ണ വിളക്കിന്റെ മങ്ങിയ വെളിച്ചത്തിൽ ചമ്രം പടിഞ്ഞിരുന്ന് ഗൃഹപാഠം ചെയ്യുന്ന വിദ്യാർത്ഥിയേയും ആധുനികതയിൽ സോഫയിൽ ചാരിയിരുന്ന് കൈയ്യിലുള്ള ഇലക്ട്രോണിക്സ് ഉപകരണത്തിൽ സ്വന്തം അദ്ധ്യാപകരുടെ മുഖത്തുനിന്ന് ഗൃഹപാഠം പഠിക്കുന്ന വിദ്യാർത്ഥിയേയും ഒന്നു സങ്കൽപ്പിച്ചുനോക്കൂ... ഇന്ന് ഡിജിറ്റൽ യുഗമാണ്, അക്ഷരങ്ങൾക്ക് അക്കങ്ങൾ വഴിമാറികൊടുക്കുന്ന നൂറ്റാണ്ട്. എന്തും നമ്മുടെ വിരൽ തുമ്പിൽ!! എങ്കിലും ഈ രണ്ട് തലമുറകളേയും കൂട്ടിയോജിപ്പിക്കുന്ന കണ്ണികൾ നാമാവശേഷമായാൽ പിന്നെ നമ്മുടെ പൂർവ്വപിതാക്കളെ പറ്റി നമ്മുടെ നാടിന്റെ നന്മനിറഞ്ഞ പൗരാണികതകളെക്കുറിച്ച് ചിന്തിക്കാൻ ആരും ഉണ്ടാവുകയില്ല.

യാദൃശ്ചികമായി എന്റെ കൈയ്യിലേന്തിയ ഒരു ചരിത്രപുസ്തകമാണ് എന്നെ ഇത്തരം ചിന്തകൾക്ക് പ്രേരണ നൽകിയത്. അഞ്ച് നൂറ്റാണ്ടുകൾക്ക് മുൻപ് ജീവിച്ച ഒരു മഹത്വ്യക്തി കുറിച്ചിട്ട വരികൾ ഇന്ന് കേരള ചരിത്രത്തിൽ കുറെ ഏടുകളിൽ നിറഞ്ഞുനിൽക്കുന്നു. – തുഹ്ഫത്തുൽ മുജാഹിദിന്റെ കർത്താവ് സൈനുദ്ദീൻ മഖ്ദുമിന്റെ കാലഘട്ടത്തിന് മുൻപുള്ള കേരള ചരിത്രം കേവലം ഐതിഹ്യങ്ങളിലും കെട്ടുകഥകളിലും ഒളിഞ്ഞിരിക്കുന്നു. വ്യക്തമായ ലിഖിത രേഖയില്ല എന്നത് കേവലം ഒരു യാഥാർത്ഥ്യമാണ്. അതിനാൽ ഞാൻ ജീവിക്കുന്ന കാലഘട്ടത്തെക്കുറിച്ച് എന്റെ അനുഭവങ്ങളും പരമ്പരാഗതമായി ലഭിച്ച അറിവുകളും ചേർത്ത് ഒരു പുസ്തകത്തിന് രൂപം നൽകിയാൽ ഭാവി ചരിത്രകാരന്മാർക്ക് ചരിത്രനിർമ്മിതിയിൽ ഒരു മുതൽകൂട്ടാവുമെന്ന തിരിച്ചറിവാണ് ഈ ഉദ്യമത്തിന് എന്നെ പ്രേരിപ്പിച്ചത്.

ഈ പുസ്തകത്തിന് പ്രൗഢമായ ഒരു അവതാരിക എഴുതി സഹായിച്ച എന്റെ മാന്യസുഹൃത്തും അദ്ധ്യാപകനും പ്രസംഗകലയിൽ മാന്ത്രികവിദ്യ പ്രദർശിപ്പിച്ചുകൊണ്ടിരിക്കുന്ന വ്യക്തിയുമായ ശ്രീ. വി. കെ. സുരേഷ്ബാബു അവർകൾക്ക് നന്ദി പ്രകാശിപ്പിക്കാനും ഈ അവസരം ഉപയോഗപ്പെടുത്തിക്കൊള്ളുന്നു.

സലിം എം.പി. കണ്ണവം

അവതാരിക

ചരിത്രരചന വികേന്ദ്രീകരിക്കപ്പെട്ട കാലമാണിത്. കൊട്ടാരക്കെട്ടുകളിൽ നിന്നും ദർബാറുകളിൽ നിന്നും യുദ്ധഭൂമികളിൽ നിന്നും ഉയരുന്ന ആജ്ഞകളും ഉത്തരവുകളും അട്ടഹാസങ്ങളും മാത്രമല്ല ചരിത്രം. ചരിത്രം സൃഷ്ടിക്കുന്നത് ജനങ്ങളാണ്. ജനങ്ങൾ അധിവസിക്കുന്നതാകട്ടെ അധികാരസ്ഥാനങ്ങളിൽ നിന്നും രാജപാതകളിൽ നിന്നും അകന്ന് വിദൂര ഗ്രാമങ്ങളിലാണ്. അവിടെയുള്ള പ്രകൃതിയും മനുഷ്യന്റെ ജീവിതവും പരസ്പരം ഇഴപിരിഞ്ഞ് കിടക്കുകയാണ്. ആ ജീവിതത്തെക്കുറിച്ച് ചരിത്രാന്വേഷകരുടെ ശ്രദ്ധ വേണ്ടത്ര പതിഞ്ഞിട്ടില്ല. അവിടങ്ങളിൽ കെട്ടുകഥകളായും അനുഭവകഥകളായും, ഐതിഹ്യങ്ങളായും, നാട്ടുവർത്തമാനങ്ങളായും, കുത്തിയൊഴുകുന്ന ഒരു പ്രാദേശിക ചരിത്രമുണ്ട്. അതെല്ലാം തലമുറകളുടെ അന്തർധാനത്തോടെ നഷ്ടചരിത്രങ്ങളാവുകയാണ് ചെയ്യാറുള്ളത്. തലമുറകൾ തമ്മിലുള്ള ആശയവിനിമയം കുറഞ്ഞ് വരുന്ന ഈ കാലത്ത് നാട്ടുകഥകൾ പോലും നഷ്ടകഥകളായി മാറുന്നു.

ഈയൊരു പശ്ചാത്തലത്തിലാണ് സലിം എം.പി. യുടെ കണ്ണവം പെരുമ എന്ന അനുഭവകഥാരചന. ഇതിനെ ചരിത്രത്തിന്റെ നിർവചനങ്ങളുടെ ഉള്ളിലൊന്നും ഒതുക്കാൻ പ്രയാസമാണ്. എങ്കിലും തന്റെ സ്വന്തം അനുഭവങ്ങളിലൂടെ 20–ാം നൂറ്റാണ്ടിന്റെ മധ്യകാലത്ത് പ്രകൃതിയുടെ പരിലാളനകൾ ഏറ്റു വളരുന്ന ഒരു ഗ്രാമത്തിന്റെ സമന്വയ സംസ്കാരവും അവിടെയുള്ള പൊതുജീവിത വികാസവും കഥകൾ പറയുന്ന രീതിയിൽ സലിം കണ്ണവം എഴുതിവെച്ചിരിക്കുന്നു. കണ്ണവം എന്നത് ചരിത്രപരമായി വളരെ പ്രാധാന്യമുള്ള ഒരു ഗ്രാമമാണ്. പുറകിഴാർ നാട്ടരചന്മാരുടെ ആസ്ഥാനമായ പുറകീഴാർ മല-പുരളിമലയുടെ നോട്ടപ്പാടെത്തുന്ന ഒരു ഗ്രാമം. അഞ്ചരക്കണ്ടിയുടെ ഉത്ഭവസ്ഥാനമായ കണ്ണവം കാട്ടിലെ പെരുവയിൽ നിന്ന് ഉത്ഭവിച്ച് പുഴ ജനപഥങ്ങളിലേക്ക് പ്രവേശിക്കുന്നത് കണ്ണവത്ത് വെച്ചാണ്. ഈ പുഴയ്ക്ക് കുറുകെ 1823 ൽ കെട്ടിയുയർത്തിയ കണ്ണവം പാലത്തിന്റെ അരികിൽ നിന്നാൽ പഴശ്ശി രാജാവിന്റെ പ്രതിരോധത്തിന്റെയും, വെല്ലസ്ലി പ്രഭുവിന്റെ പോരാട്ടത്തിന്റെയും, വിഷം പുരട്ടിയ അമ്പിനാൽ വെള്ളക്കാരെ തുരത്തിയ കുറിച്യ പോരാളികളുടെ ആരവത്തിന്റെയും പ്രതിധ്വനി കേൾക്കാം.

കോട്ടയം രാജാക്കന്മാർ സ്ഥാപിച്ച തൊടീക്കളം ശിവക്ഷേത്രവും

ഔലിയാക്കളുടെ ഖബറുകൾ കിടക്കുന്ന വെളുമ്പത്ത് മഖാമിന്റെയും, ക്രിസ്ത്യൻ കുടിയേറ്റത്തിന്റെ പ്രവേശന കവാടമായ കോളയാട് പഞ്ചായത്തിന്റെയും, സാംസ്കാരിക ധാരകൾ ഒത്തുചേരുന്ന കണ്ണവത്തെ ഗ്രാമീണ ജീവിതത്തെ ഒരു നിഷ്കളങ്കമായ കാഴ്ചപ്പാടിലൂടെ അവതരിപ്പിക്കുകയാണ് ഈ പുസ്തകത്തിൽ. ഇയട്ക്ക് മലബാർ മാന്വലും കണ്ണവത്ത് നമ്പ്യാരും ചരിത്ര സംഭവങ്ങളും പ്രത്യക്ഷപ്പെടുന്നുവെങ്കിലും ഒരു ആത്മകഥയുടെ രചനാശൈലിയാണ് ഗ്രന്ഥകാരൻ സ്വീകരിച്ചിരിക്കുന്നത്.

കണ്ണവം പെരുമ എന്ന് പേര് കൊടുത്ത ഈ രചന തന്റെ വന്ദ്യപിതാവ് ശ്രീ.കെ.വി. കുഞ്ഞിമമ്മുമാസ്റ്റർക്കാണ് സമർപ്പിച്ചിരിക്കുന്നത്. 21 അദ്ധ്യായങ്ങളിലായി ഭൂതപ്രേത വിശ്വാസങ്ങൾ, ദാവാരികൾ ഭയപ്പെടുത്തുന്ന വിശ്വാസപ്പറമ്പുകൾ, കൃഷി, കൃഷി രീതികൾ, പത്തായം, വെടിപ്പൊട്ടി, കയ്യാല, മൺഭരണി തുടങ്ങിയ പഴയ കഥകളും അനുഭവങ്ങളും വിവരിക്കുന്നുണ്ട്. അതിനിടെ ദ്രാവിഡ ജനതയെയാണ് ദാവാരികൾ എന്ന് വിളിച്ച് പോരുന്നതെന്ന നിരീക്ഷണം പഠനവിധേയമാക്കേണ്ട കാര്യം തന്നെ ആണ്.

കണ്ണവം പ്രദേശത്തെ ജീവിതത്തെ അടയാളപ്പെടുത്തിയ അൻപതോളം വ്യക്തികളെക്കുറിച്ചും അവരുടെ സാമൂഹ്യ ഇടപെടലിനെക്കുറിച്ചും ഇതിൽ പ്രതിപാദ്യമുണ്ട്. കണ്ണവം യു.പി. സ്കൂൾ, വെളുമ്പത്ത് പള്ളി, കണ്ണവം പാലം, മുസാഫിർ ബംഗ്ലാവ്, ഫോറസ്റ്റ് ഐ.ബി., ആദ്യത്തെ ബസ്സ്, വില്ലേജ് ഓഫീസ്, കച്ചേരി ആല, കണ്ണവം ബേങ്ക്, മൈതാനത്തെ പെരുമരം, കണ്ണവം ഗാന്ധിസ്മാരക വായനശാല എന്നീ സ്മാരകങ്ങളുടെ ചരിത്രവും ഇതിലുണ്ട്.

പോർച്ചുഗീസുകാരുടെയും, ബ്രിട്ടീഷുകാരുടെയും വരവ്, ആദിവാസി സംസ്കാരം, മാപ്പിള കലാപത്തിന്റെ ഗ്രാമീണ പ്രതിഫലനങ്ങൾ, സൈനുദ്ദീൻ മഖ്ദുമിന്റെ തുഹ്ഫത്തുൽ മുജാഹിദ്ദീൻ എന്ന പുസ്തകം, ചതുരംഗം കളി, പൊരകെട്ട്, വാഴപ്പോളത്താട, കൈപൊക്കിവോട്ട്, പട്ടിണി, ഭക്ഷണരീതികൾ, ഓണക്കുറി, പണപ്പയറ്റ്, അദ്ധ്യാപകർ, വായനാശീലം, അയിത്താചരണം തുടങ്ങി വിവിധ വിഷയങ്ങൾ കൗതുകകരമായി പുസ്തകത്തിൽ എടുത്തുപറയുന്നു.

ജാതിമതത്തിനും രാഷ്ട്രീയത്തിനും അതീതമായ ഗ്രാമീണ സൗഹൃദത്തിന്റെ നേർചിത്രം പുതിയ തലമുറക്ക് മാതൃകയാക്കാൻ പറ്റുന്നവയാണ്. ഓരോ അധ്യായത്തിന്റെ അവസാനത്തിലും പുസ്തകകാരന്റെ ചില നിരീക്ഷണങ്ങളും അഭിപ്രായങ്ങളും അവതരിപ്പിക്കുന്നുമുണ്ട്. ഒറ്റയിരുപ്പിന് വായിച്ചു തീർക്കവുന്ന ഒരു രചനാ ശൈലിയുള്ളതിനാൽ മുഷി

പ്പില്ലാതെ എല്ലാവർക്കും വായിക്കാൻ പറ്റുന്ന ഈ പുസ്തകം പ്രാദേശിക സംസ്കാര പഠന കുതുകികൾക്ക് മുന്നിൽ സവിനയം സമർപ്പിക്കുന്നു.

വി. കെ. സുരേഷ്ബാബു
സബർമതി, ചിറ്റാരിപ്പറമ്പ്

നന്നങ്ങാടികൾ

“മൈംബിന ആടപ്പോയി കളിക്കണ്ട മക്കളെ, ദാവാരികൾ പാർത്ത സ്ഥലാണ് പോലും.” (തനിനാടൻ ഗ്രാമ്യഭാഷയിലുള്ള ഈ വാചകം മൊഴിമാറ്റം ചെയ്താൽ ഇങ്ങനെ വായിക്കാം. തൃസന്ധ്യക്ക് അവിടെ പോയി കളിക്കരുത് മക്കളെ, ദാവാരികൾ താമസിച്ച സ്ഥലമാണെന്ന് കേട്ടിട്ടുണ്ട്.)

ആറ് പതിറ്റാണ്ട് മുമ്പ് എന്റെ കുടുംബത്തിലെ പ്രായമായ ഒരു വല്ല്യമ്മയുടെ വായിൽനിന്ന് വീണ ആ വാക്കുകളുടെ അർത്ഥം ഇന്നും ഒരു പിടികിട്ടാപ്പുള്ളിയായി എന്നെ അലോസരപ്പെടുത്തുന്നുണ്ട്; എന്താവാം ആ വാക്കുകളിൽ ഒളിഞ്ഞുകിടക്കുന്ന രഹസ്യം? എനിക്ക് പത്തു വയസ്സുള്ളപ്പോൾ കളിക്കൂട്ടുകാരനായ സീതിന്റെവിട അസ്സവുമൊത്ത് കൊല്ലന്റവിട എന്ന പറമ്പിന്റെയും ഇല്ലിക്കുന്ന് പറമ്പിന്റെയും ഇടയിലുള്ള നാട്ടുവഴിയിലൂടെ നടന്നുവരുന്നത് കണ്ടാണ് അവർ ഈ താക്കീത് നൽകിയത്. അന്ന് ഈ ഇടവഴിയിലൂടെയാണ് പൂഴിയോട്ടേക്കുള്ള സഞ്ചാരം. ആ സ്ഥലത്ത് രാത്രിസമയം ഭൂതപ്രേതപിശാചുക്കളുടെ അധിനിവേശം ഉണ്ടായിരുന്നുവെന്ന് പറയപ്പെടുന്നു. ചില പ്രത്യേക ആവശ്യങ്ങൾക്കുവേണ്ടി രാത്രി സഞ്ചരിക്കുന്ന പകൽ മാന്യന്മാരും അല്ലറചില്ലറ മോഷ്ടാക്കളും തട്ടിവിടുന്നതാണീ പ്രേതബാധ. എങ്കിലും രാവേറെ ചെന്നാൽ അത് വഴി ഒറ്റയ്ക്ക് സഞ്ചരിക്കാൻ പലരും ധൈര്യപ്പെടാറില്ല. കണ്ണവത്തുള്ള ഞങ്ങൾ പച്ചക്കറി കൃഷിചെയ്തിരുന്നത് പൂഴിയോട് വയലിലാണ്. പൂഴിയോട് തോടിനക്കരെ മുഴുവൻ നെൽവയലുകളായിരുന്നു. ഇന്ന് അതുമുഴുവൻ കരഭൂമിയാക്കി ആളുകൾ വീട് വച്ച് താമസിക്കുന്നു. നെൽകൃഷി കഴിഞ്ഞാൽ നിലം പച്ചക്കറിക്ക് വേണ്ടി സ്ഥലമുടമ സൗജന്യമായി വിട്ടുനൽകും. ആ കാലത്ത് അവനവന് വേണ്ട പച്ചക്കറികൾ സ്വയംനട്ടുനനച്ചുണ്ടാക്കുക പതിവാണ്. മഞ്ഞളും, മുളകും, വെള്ളരിക്കയും, കുമ്പളവും മറ്റും സൂക്ഷിച്ചുവെക്കാൻ വേണ്ടി കൂടുതൽ കൃഷി ചെയ്യും. മുളകുകൊണ്ടാട്ടവും പാവയ്ക്ക കൊണ്ടാട്ടവും വർഷകാലത്തു പോലും ഊൺമേശയിലുണ്ടാകും. വീട്ടിന്റെ മട്ടുപ്പാവിൽ വെള്ളരി

ചുണ്ണാമ്പ് ചൊട്ടതൊട്ട് മൊഞ്ചനാക്കി ഓലക്കീറിൽ തൂക്കിയിടുന്ന പതിവുണ്ടായിരുന്നു അന്ന്. എന്റെ തറവാട് വീടിന്റെ ചുമരോട് ചേർന്ന ഭാഗം മുഴുവൻ പത്തായങ്ങളായിരുന്നു. കസേര, മേശ, അലമാരി എന്നീ വീട്ടുപകരണങ്ങൾ ഉണ്ടായിരുന്നില്ല. ഉറക്കം പത്തായത്തിന് മേൽ പായ വിരിച്ച്. അതാണ് പതിവ്. ഈ പത്തായങ്ങൾ അക്കാലത്ത് നെല്ല്, മുത്താറി, കുരുമുളക് എന്നീ പ്രകൃതി വിഭവങ്ങളുടെ വേർഹൗസായി സേവനം അനുഷ്ഠിക്കുന്നു. പത്തായത്തിന്മേൽ പായ വിരിച്ച് മലർന്നു കിടന്ന് മുകളിലോട്ട് കണ്ണോടിച്ചാൽ കാണുന്നത് തൂങ്ങിക്കിടക്കുന്ന വെള്ളരിയും മത്തനുമൊക്കെയാവും. കൗതുകകരമായ കാഴ്ച തന്നെയാണത്. നമ്മുടെ കല്യാണപന്തലിലെ ഡെക്കറേഷൻ ബൾബുകളെ ഓർമ്മിപ്പിക്കും. കർക്കടകമാസത്തിലെ കോരിച്ചൊരിയുന്ന മഴക്കാലത്ത് വെള്ളരിയും ചക്കക്കുരുവുമായിരിക്കും പതിവു കറികൾ. ചക്ക ഉപ്പേരിയും, ചക്കത്തോരനും മറ്റും. ഒരു ദിവസം കറിവെക്കാൻ വെള്ളരിയും ചക്കക്കുരുവുമാണെങ്കിൽ പിറ്റേന്ന് ചക്കക്കരുവും വെള്ളരിയും. ഞങ്ങൾ അങ്ങനെ തമാശ പറയാറുണ്ട്. പച്ചക്കറി കൃഷി ചെയ്യാൻ ഞങ്ങൾ രക്ഷിതാക്കളെ സഹായിക്കും.

കൈയിലൊരു കുഞ്ഞുപാളയുമായി പൂഴിയോട് വയലിലേക്ക് വൈകുന്നേരം ഒരു യാത്രയുണ്ട്. ചെറിയൊരു വിനോദത്തിനുള്ള അവസരം. സത്രീജനങ്ങൾക്ക് ഒത്ത് ചേരാനും കൂട്ടുകാരികളുമായി ആശയവിനിമയത്തിനും അല്പസ്വല്പം കുറുമ്പും കുന്നായ്മക്കുമുള്ള അസുലമുഹൂർത്തം. എല്ലാത്തിനുമുപരി അടുക്കളയിൽ നിന്നു അല്പസമയത്തേക്കുള്ള മോചനവും. പ്രൈമറി ക്ലാസ്സുകളിൽ പഠിക്കുന്ന ഞങ്ങൾ ആവശ്യത്തിന് ഓട ശേഖരിക്കാൻ ഈ അവസരം ഉപയോഗപ്പെടുത്തും. ഓട വെട്ടിയെടുത്ത് ഞങ്ങൾ വെടിപ്പൊട്ടി എന്ന എ.കെ.47 നിർമ്മിക്കും. അതിന്റെ വെടിയുണ്ട കുതിർത്ത കടലാസ് ചുരുളുകളായത് കൊണ്ട് അപകടമൊന്നും സംഭവിക്കാറില്ല. അതവിടെ നിൽക്കട്ടെ, നമുക്ക് വിഷയത്തിലേക്ക് വരാം.

ഇല്ലിക്കുന്ന് എന്ന് വിളിക്കപ്പെടുന്ന സ്ഥലം തൊട്ടടുത്തുള്ള കൊല്ലന്റവിട എന്ന പുരയിടത്തെ അപേക്ഷിച്ച് അല്പം ഉയരത്തിലാണ്. ആ രണ്ട് പറമ്പുകളുടെ ഇടയിലുള്ള വഴിയാണ് പൂഴിയോട് പ്രദേശത്തുള്ളവരുടെ സഞ്ചാരമാർഗ്ഗം. അക്കാലത്ത് മൺചുമരകളെപ്പോലെ പറമ്പുകളുടെ അതിരുകൾ കെട്ടി ഉയർത്താറാണ് പതിവ്. ഇതിന് നാടൻ ഭാഷയിൽ കിള എന്ന് അറിയപ്പെടുന്നു. കിള നിർമ്മിക്കുന്ന വിദഗ്ദർ ഉണ്ട് നാട്ടിൽ. ഇത് നിർമ്മിക്കാനുള്ള സാങ്കേതിക പരിജ്ഞാനമുള്ളവർക്കേ കെട്ടുറപ്പുള്ള കയ്യാല നിർമ്മിക്കാനാവൂ. ഇങ്ങനെയൊരു നിർമ്മാണം നടത്തു

മ്പോൾ ഞാൻ യാദൃശ്ചികമായി അവിടെയെത്തി. ഇല്ലിക്കുന്ന് പറമ്പിന്റെ അരിക് തറച്ച് താഴ്ത്തികൊണ്ടിരിക്കുകയാണ്. അഞ്ചടി താഴ്ചയിൽ വലിയൊരു മൺഭരണി കണ്ടു. അത് തൂമ്പ കൊണ്ട് ഉടഞ്ഞുപോയിരുന്നു. രണ്ടടി വ്യാസമുണ്ടതിന്. അടുത്ത കാലത്ത് വരെ നമ്മുടെ മാർക്കറ്റിലുണ്ടായിരുന്ന വലിയൊരു സിമന്റ് ജാടിയുടെ ആകൃതി തന്നെ. തൊഴിലാളികൾ അത് മുഴുവനായി ഉടച്ചുകളഞ്ഞു. അതിന്റെ ചരിത്രപരമായ പ്രാധാന്യം ഒന്നും അന്നത്തെ ഗ്രാമീണർക്കറിയില്ല എന്ന് പറയേണ്ടതില്ല.

എത്രയോ നൂറ്റാണ്ട് മുമ്പ് ജീവിച്ച മനുഷ്യർ അവരുടെ ശവസംസ്കാര ചടങ്ങുകൾക്ക് മൺചാടികൾ ഉപയോഗിച്ചിരുന്നു എന്ന അറിവ് കിട്ടിയതിൽ പിന്നെയാണ് ഞാൻ അതിന്റെ മൂല്യം തിരിച്ചറിഞ്ഞത്. വർഷങ്ങൾക്ക് മുമ്പ് വല്ല്യമ്മ ഞങ്ങളെ താക്കീത് ചെയ്ത സ്ഥലത്തു തന്നെയാണ് ആ പുരാവസ്തു മറഞ്ഞുകിടന്നത്. അവർ സൂചിപ്പിച്ച ദാവാരികളും ഈ പുരാവസ്തുവും തമ്മിലുള്ള ബന്ധം എന്തായിരിക്കും. കണ്ണവത്ത് പലയിടങ്ങളിലും ഇത്തരം ഭരണികൾ കണ്ടെത്തിയതായി പറയപ്പെടുന്നു. വീടിന് കുയ്യാട്ട കിളക്കുമ്പോഴും കയ്യാല നിർമ്മിക്കുമ്പോഴും മറ്റും അപൂർവ്വമായി ഇവ കാണാറുണ്ടത്രേ. എല്ലാം കൂടി യോജിപ്പിച്ചാൽ ഒരു കാര്യം വ്യക്തമാണ്. ഒരു പുരാതന സംസ്കൃതിയുടെ അവശിഷ്ടങ്ങൾ കണ്ണവത്തിന്റെ വിരിമാറിൽ ഒളിഞ്ഞുകിടപ്പുണ്ട്. നാം അത് കണ്ടെത്തണം. ഇതിനെക്കുറിച്ചുള്ള ഒരു ഗവേഷണവും ഇത് വരെ നടന്നിട്ടില്ല. ദാവാരികളും ദ്രാവിഡസമൂഹവും ഒന്ന് തന്നെ ആവാമല്ലോ?

സ്കൂളിലെ ചോക്ക് മോഷണം

കിട്ടി, നല്ലോണം കിട്ടി, കരിപ്പായി രാഘവനും കിട്ടി എനിക്കും വേണ്ടത്ര കിട്ടി. തല്ലിയത് രാഘവന്റെ അമ്മാമൻ കുഞ്ഞിക്കണ്ണൻ മാഷ്, കുറ്റകൃത്യം ചോക്ക് മോഷണം. സംഭവം നടന്നത് കണ്ണവം മാപ്പിള സ്കൂളിൽ. കേസിലെ മൂന്നാംപ്രതി ഇക്ക തടിതപ്പി. നാട്ടിൽ കാക്കത്തൊള്ളായിരം പേരും (ജന്മം നൽകിയ മാതാപിതാക്കളുൾപ്പെടെ). ഇക്ക എന്ന് വിളിക്കുന്ന എം.സി. കുഞ്ഞബ്ദുള്ളയും രാഘവനും ഇന്നില്ല. അവരുടെ അവസാന നാളുകളിൽ എന്നാലാവുന്ന വൈദ്യസഹായം നൽകാനായതിൽ സംതൃപ്തി ഉണ്ട്. രണ്ടുപേരുടെയും ആത്മാവിന് നിത്യശാന്തി നേരുന്നു.

കണ്ണവം സ്കൂളിന്റെ സ്ഥാപന പശ്ചാത്തലവും ചരിത്രവും ഞാൻ ഈ പുസ്തകത്തിന്റെ 14-ാം അദ്ധ്യായത്തിൽ വിശദമായി വിവരിച്ചിട്ടുണ്ട്. അതിന്റെ പദവി ഉയർത്തുന്നത്വരെ കണ്ണവം മാപ്പിള സ്കൂൾ എന്നായിരുന്നു സ്ഥാപനത്തിന്റെ പേര്. ഞാൻ സ്കൂളിൽ ചേരുമ്പോൾ ഒന്നു മുതൽ അഞ്ചുവരെ ക്ലാസ്സുകളെ ഉണ്ടായിരുന്നുള്ളൂ. എൽ.പി. യും അല്ല, യു.പി. യുമല്ല. പിന്നീട് അതിന്റെ പദവി ഉയർത്തി കണ്ണവം യു.പി. സ്കൂൾ ആയി മാറി. (എയ്ഡഡ് സ്കൂളാണ്). അന്ന് വെള്ളിയാഴ്ചയും ഞായറാഴ്ചയുമാണ് അവധി ദിവസങ്ങൾ. ഞായറാഴ്ച അവധി ദിവസം ആണെങ്കിലും മമ്മുസീതിയുടെ ഓത്ത് പള്ളിക്കൂടം പ്രവർത്തിക്കും. സീതിയുടെ പഠനസമ്പ്രദായം ഇന്നോർക്കുമ്പോൾ ചിരിവരും. അറബി അക്ഷരങ്ങൾ എഴുതി പഠിപ്പിക്കുന്നത് ചെത്തിമിനുക്കിയ പലകയിലാണ്. പലകയിൽ ചെകടി മണ്ണ് തേച്ച് പിടിപ്പിച്ച് ഉണക്കി അതിൽ മുളകൊണ്ടുള്ള എഴുത്താണിയും വെളിച്ചെണ്ണ ചേർത്ത കരിയും ഉപയോഗിച്ചുള്ള എഴുത്താണ്. പാഠഭാഗം തെറ്റാതെ പഠിച്ചാൽ സീതി പലക മായ്ക്കാൻ ഉത്തരവിടും. പലക കഴുകി വൃത്തിയാക്കി ചെകിടിമണ്ണ് പൂശി ഉണക്കി കൊടുത്താൽ അടുത്ത പാഠഭാഗം എഴുതിത്തരും. സീതിയുടെ കയ്യിൽ രണ്ടുമൂന്ന് തരം ചൂരൽവടി ഉണ്ടാവും. വലിയ വടിയാണ് കാപ്പിറ്റൽ പണിഷ്മന്റ് വേണ്ടിവരുമ്പോൾ പ്രയോഗിക്കുക. സീതിയുടെ ചൂരൽപ്രയോഗം

പലരുടേയും ഉടുതുണി നനക്കാറുണ്ടെന്നത് രഹസ്യമല്ല. പഠിത്തത്തിനുള്ള ദക്ഷിണയായി സീതിക്ക് എല്ലാ വ്യാഴാഴ്ചയും കാലണയോ അരയണയോ കൊടുക്കണം. വ്യാഴാഴ്ച പൈശ എന്നാണ് അതിന്റെ പേര്. അരയണ നൽകുന്ന വിദ്യാർത്ഥിയോട് സീതിക്ക് വാത്സല്യം കൂടുതലാണ്. ഞാൻ അരയണയോ ഒരു കോഴിമുട്ടയോ നൽകുന്നത് കൊണ്ട് അടി കുറച്ചേ വാങ്ങാറുള്ളൂ.

ഒരു വ്യാഴാഴ്ച വൈകുന്നേരം ഞങ്ങൾ മൂവർസംഘം ചോക്ക് തട്ടിയെടുക്കാനുള്ള പദ്ധതി തയ്യാറാക്കി. ജനലിന്റെ കൊളുത്ത് മാറ്റിവെച്ച് പുറത്ത് നിന്ന് ഓഫീസ് റൂം തുറക്കാൻ കഴിയുന്ന വിധത്തിലാക്കി. പുറകിലെ ജനല് വഴി ചാടിക്കയറി ആവശ്യമുള്ളത്ര ചോക്ക് അടിച്ചുമാറ്റുകയാണ് പദ്ധതിയുടെ ലക്ഷ്യം. പക്ഷേ കഷ്ടകാലം എന്നേ പറയേണ്ടു ആ സമയം ഓഫീസിലെന്തോ കാര്യത്തിന് വന്ന കുഞ്ഞിക്കണ്ണൻ മാസ്റ്ററുടെ മുന്നിൽ ചെന്ന് പെട്ട് മോഷണശ്രമം പരാജയപ്പെട്ടു. ഓഫീസിൽ നുഴഞ്ഞുകയറിയ രാഘവനും കാവൽനിന്ന എനിക്കും സമ്മാനം കിട്ടി. അപകടം മണത്തറിഞ്ഞ ഇക്ക (കുഞ്ഞബ്ദുള്ള) തടിതപ്പി. അവധി ദിവസങ്ങളിൽ മാഷും കുട്ട്യോളും കളിക്കാനാണ് ചോക്ക്. ക്ലാസ്സ് റൂമിൽ നിന്ന് ചെറിയൊരു കഷണം പോലും കിട്ടില്ല. അത്ര വിലപിടിപ്പുള്ള വസ്തുവാണ് അക്കാലത്ത് ചോക്ക്. മാനേജർ എന്തോ ദിവ്യവസ്തു പോലെ ഏൽപ്പിക്കുന്ന ചോക്കിന് ഹെഡ്മാസ്റ്റർ റേഷൻ സമ്പ്രദായം അടിച്ചേൽപ്പിക്കും. അത് കാരണം അദ്ധ്യാപകർ വളരെ കരുതലോടെയേ അവ ഉപയോഗിക്കൂ. ചോക്കിന്റെ അവസാന ശ്വാസം വരെ നുള്ളിപ്പിടിച്ച് ഉപയോഗിക്കുന്നത് കൊണ്ട് ഒരു കഷണംപോലും കുട്ടികൾക്ക് ലഭിക്കില്ല. അതുകൊണ്ടാണ് മോഷ്ടിക്കാൻ തീരുമാനിച്ചത്.

സഹപാഠികൾ

മറവിതൻ മാറിടത്തിൽ മയങ്ങാൻ കിടന്നാലും ഓർമകളോടിയെത്തി ഉണർത്തിടുന്നു. പഴയൊരു സിനിമാഗാനത്തിന്റെ ഈരടികൾ. ഏതാണ്ട് അങ്ങനെ ഒരവസ്ഥയിലാണ് ഞാനിപ്പോൾ. കണ്ണവത്തിന്റെ ഒരു ലഘു ചിത്രം വാക്കുകളിലൂടെ വരച്ചുകാണിച്ച് അവസാനിപ്പിക്കണമെന്ന് മോഹ മുണ്ടെങ്കിലും എഴുതിതുടങ്ങിയപ്പോൾ അതിന് കഴിയുന്നില്ല. മനസ്സിൽ നിറയെ ഓർമ്മകളാണ്. കയ്പും മധുരവുമുള്ള ഓർമ്മകൾ. അതിലെ കഥാപാത്രങ്ങളിൽ പലരും ഇന്ന് ജീവിച്ചിരുപ്പില്ല. എന്റെ സഹപാഠിക ളിൽ കുറേപേർ അനന്തതയിൽ ലയിച്ചു. വിരലിലെണ്ണാവുന്നവർ മാത്രം ജീവിച്ചിരിപ്പുണ്ട്. ശീവോദി അബ്ദുള്ളയെക്കുറിച്ച് ചിന്തിക്കുമ്പോൾ അരു വേക്കടയിലെ വലിയ പാറയും കൂമൻകല്ല് എന്ന് വിളിക്കുന്ന ദ്വീപ് പോലെ യുള്ള ഒറ്റപ്പെട്ട കല്ലുമണ് ഓർമ്മയിലെത്തുക. പുഴയിലിറങ്ങി കളിക്കു മ്പോൾ മുങ്ങിവന്ന് ഈ കല്ലുതൊട്ടാൽ ആ വ്യക്തി ജയിച്ചു. ജയിക്കുന്ന ആൾക്കാണ് അടുത്ത ചാൻസ്. നമ്മുടെ ശീവോദി അബ്ദുള്ളക്ക് മിനു ട്ടുകളോളം വെള്ളത്തിൽ മുങ്ങിയിരിക്കാനുള്ള കഴിവുള്ളതുകൊണ്ട് ആ കളിയിൽ ജയം എപ്പോഴും ആ സുഹൃത്തിന് തന്നെയാണ്. പ്രൈമറി വിദ്യാഭ്യാസം കഴിഞ്ഞു ബോംബെയിലേക്ക് വണ്ടി കയറി. കുറഞ്ഞ സമ്പാദ്യമുണ്ടായിരുന്നു. അറ്റാക്ക് വന്ന് ചെറിയ പ്രായത്തിൽ തന്നെ വിട പറഞ്ഞു. സെയ്ത് കുഞ്ഞാലിക്കയുടെ രണ്ടാമത്തെ മകൻ അബ്ദു ള്ളയും കൂടുതൽ കാലം ജീവിച്ചിരുന്നിട്ടില്ല. ആത്മ സുഹൃത്തുക്കളായ എം.സി. കുഞ്ഞബ്ദുള്ളയും, കരിപ്പായി രാഘവനും നാലഞ്ച് വർഷ ങ്ങൾക്ക് മുമ്പ് ദിവംഗതരായി. കുഞ്ഞബ്ദുള്ള കണ്ണൂർ ഐ.ടി.ഐ യിൽ സീനിയർ ഇൻസ്ട്രക്ടർ ആയി സേവനമനുഷ്ഠിച്ച് വിരമിച്ച ശേഷമാണ് മരണപ്പെട്ടത്. അതിവിദഗ്ദനായ ഇലക്ട്രോണിക് എഞ്ചിനിയറും അദ്ധ്യാ പകനുമാണ് അദ്ദേഹം. ഒരുപാട് ശിഷ്യസമ്പത്തുമുണ്ട്. കരിപ്പായി രാഘ വൻ മില്ലുടമയായിരുന്നു. സ്വപ്രയത്നവും ബുദ്ധിവൈഭവവും കൊണ്ട് അദ്ദേഹം വ്യാപാരരംഗത്ത് ശോഭിച്ചിരുന്നു. കണ്ണവത്ത് ആദ്യമായി ഓയിൽമില്ല് സ്ഥാപിച്ചത് രാഘവനായിരുന്നു.

കണ്ട്യൻ ശ്രീധരൻ ജനിച്ചത് സാമ്പത്തിക ശേഷിയുള്ള കുടുംബ ത്തിലാണ്. അദ്ദേഹം സജീവ രാഷ്ട്രീയത്തിൽ കർമ്മനിരതനായിരുന്നു. ജനിതകരോഗം അദ്ദേഹത്തെ തളർത്തി. ശ്രീധരന്റെ അയൽക്കാരൻ കുഴി ഞ്ഞാൽ വിജയൻ കഴിഞ്ഞവർഷം വിടവാങ്ങി. സീതിന്റെവിട അസ്സുവും എഴുപത് തികയുന്നതിന് മുമ്പേ കാലത്തിന് കീഴടങ്ങി. കൂടൽ മുഖ്യ സ്ഥന്റെ മകൻ അനന്തന്റെ മരണവും പെട്ടെന്നായിരുന്നു. ഇവരെല്ലാമാ യിരുന്നു എന്റെ സഹപാഠികൾ. എന്റെ കൂടെ ഒന്നാം ക്ലാസ്സ് മുതൽ പഠനം നടത്തിയ ഏതാനും വ്യക്തികളിൽ ഇപ്പോഴും ആരോഗ്യത്തോടെ ജീവിച്ചിരിക്കുന്നവർ; അദ്ധ്യാപകനായ കെ. ദാമോധരൻ മാസ്റ്റർ, എട ച്ചോളി കുഞ്ഞിക്കണ്ണൻ, എസ്.എ.കെ. മൂസ്സ, പാറായി അനന്തൻ, എളോൾ ബാലൻ, മിലിട്ടറിയിൽ സേവനമനുഷ്ഠിച്ച ശിവശങ്കരൻ, അദ്ദേ ഹത്തിന്റെ പെങ്ങന്മാർ സത്യഭാമയും സാവിത്രിയും, തൊടീക്കളത്തെ രാധാലക്ഷ്മി ടീച്ചറുടെ ഇളയ സഹോദരിമാരായ ലീലയും സാവിത്രിയും മറ്റുമാണ്. തോലമ്പ്ര പപ്പൻ എന്ന അപരനാമത്തിൽ പ്രശസ്തനായ പി. പത്മനാഭനും ജീവിച്ചിരിപ്പുണ്ട്. അദ്ദേഹം മുൻമന്ത്രി നൂറുദ്ദീന്റെ പി.എ ആയി സേവനമനുഷ്ഠിച്ചിരുന്നു. എന്റെ കൂടെ ഹൈസ്കൂളിലും കോളേ ജിലും സഹപാഠിയായ പത്മനാഭൻ ബിരുദം നേടിയിട്ടുണ്ടെങ്കിലും രാഷ്ട്രീയത്തിലേക്ക് എടുത്തുചാടിയതിനാൽ സർക്കാർ ഉദ്യോഗത്തിൽ കയറിപ്പറ്റാൻ ആയില്ല. പോലീസ് വകുപ്പിൽ സബ് ഇൻസ്പെക്ടർ സെലക്ഷൻ കിട്ടിയിട്ടും ആ ജോലി തട്ടിത്തെറിപ്പിക്കപ്പെട്ടു. ഇന്നദ്ദേഹം കുറഞ്ഞപക്ഷം ഒരു ഡി.ഐ.ജി എങ്കിലും ആവേണ്ട ആളായിരുന്നു. എല്ലാവരെയും സ്മൃതി പദത്തിൽ ഉൾക്കൊള്ളാനാവുന്നില്ല. പ്രത്യേകിച്ച് വീട്ടമ്മമാരായ സ്ത്രീജനങ്ങളെ. ഞാളാട്ട് കാദൃക്കയുടെ മക്കൾ കുഞ്ഞാ മിയും ആയിഷയും എന്റെ ക്ലാസ്സിലുള്ളതായി ഓർക്കുന്നു. ഇടയാർ ഭാഗ ത്തുനിന്ന് വരുന്ന സോമനം രാധാകൃഷ്ണനും സഹപാഠികൾ തന്നെ. സോമൻ അദ്ധ്യാപകനായി സേവനം അനുഷ്ഠിച്ചു വിരമിച്ചു വിശ്രമജീ വിതത്തിലാണ്. രാധാകൃഷ്ണൻ മെഡിക്കൽ റപ്രസന്റേറ്റീവ് ആയി ബോംബെയിലുണ്ടെന്നാണ് അറിവ്. ഇവർ രണ്ടുപേരും സർവ്വീസിൽനിന്ന് വിരമിച്ചു. സി. ബാലൻ മാസ്റ്ററുടെ മരുമക്കളാണ്. പിന്നെ എടുത്തുപറ യേണ്ട ഒരു വ്യക്തി സാമൂഹ്യസാംസ്കാരിക മേഖലയിൽ വ്യക്തിമുദ്ര പതിപ്പിച്ച എൻ.സി. പോക്കർ മാസ്റ്റർ ആണ്. അദ്ദേഹം ചിറ്റാരിപറമ്പ് ഹയർസെക്കണ്ടറി സ്കൂളിലെ പ്രിൻസിപ്പാൾ ആയി സർവ്വീസിൽ നിന്ന് വിരമിച്ച് വിശ്രമജീവിതത്തിലാണിന്ന്. പ്രസ്തുത സ്ഥാപനത്തിന്റെ വിക സനത്തിൽ അഭിവന്ദ്യനായ മോഹൻകുമാർ നമ്പൂരി സാറിനോടൊത്ത്

സ്തുത്യർഹമായ സേവനങ്ങൾ അനുഷ്ഠിച്ചിട്ടുണ്ട്. കണ്ണവത്തുള്ള എല്ലാ സാമൂഹ്യ പ്രവർത്തനങ്ങളിലും പോക്കർ മാസ്റ്ററുടെ പങ്കാളിത്തം ഉണ്ടാവും. വായനശാലാ കമ്മിറ്റിയുടെ മുൻ പ്രസിഡന്റായും അംഗൻവാടി വെൽഫേർ കമ്മറ്റിയുടെ ചെയർപേർസനായും സേവനമനുഷ്ഠിച്ച വ്യക്തി കൂടിയാണ്.

ചുക്കില്ലാത്ത കഷായമില്ല എന്നു പറഞ്ഞപോലെ എസ്.എം.കെ. യൂസഫ്ക്കയുടെ ഇടപെടൽ ഇല്ലാത്ത ഒരു സംരംഭവവും കണ്ണവത്ത് ഉണ്ടാകാറില്ല. എനിക്ക് ഓർമ്മ വെച്ച നാളു മുതൽ അദ്ദേഹം പൊതുരംഗത്ത് കർമ്മനിരതനാണ്. എത്ര വലിയ സംഘർഷമുള്ള അന്തരീക്ഷമുണ്ടായാലും എസ്.എം.കെ. ഇടപെട്ട് സ്വതസിദ്ധമായ അനുരഞ്ജനപാടവത്തോടെ രമ്യതയിൽ പരിഹരിക്കാൻ അദ്ദേഹത്തിന് കഴിയാറുണ്ട്. നാടിനുവേണ്ടി അദ്ദേഹം ചെയ്ത സേവനങ്ങൾക്ക് ഇന്നത്തെ തലമുറകൂടി കടപ്പെട്ടിരിക്കുന്നു. ഇനി സ്മരിക്കാനുള്ളത് തോട്ടത്തിൽ അസ്സൂക്കയെ ആണ്. അതീവ ബുദ്ധികൂർമ്മത പ്രകടിപ്പിക്കാറുള്ള അസ്സൂക്ക പൊതുജീവിതത്തിൽ എന്റെ വഴികാട്ടിയാണ്. അസ്സൂക്കയും പോക്കർമാഷും ഈ ലേഖകനും ചേർന്ന സംഘത്തെ എസ്.എം.കെ. യൂസഫ്ക്ക വിളിക്കുന്ന ഒരു പേരുണ്ട്-മൂവർസംഘം.

കുഞ്ഞുംനാളിലെ കുസൃതികൾ

ഓടത്തണ്ട് കൊണ്ടുണ്ടാക്കുന്ന വെടിപ്പൊട്ടി എന്ന മാരകായുധം ഒന്നു പരീക്ഷിച്ചാലോ എന്ന ഒരു ആലോചന ഉണ്ടായി- ഐഡിയ നമ്മുടെ ഉറ്റ സുഹൃത്ത് ഇക്ക (പരേതനായ എം.സി. കുഞ്ഞബ്ദുള്ള) യുടേതാണ്. അവന്റെ ബാപ്പാക്ക് പൊള്ളംപാറ എന്ന സ്ഥലത്ത് കുറെ കൃഷിഭൂമിയുണ്ട്. കുറെ ഭാഗം നെൽപാടവും ബാക്കി കരഭൂമിയുമാണ്. അതിൽ എല്ലാക്കാലത്തും പലവക കൃഷിയുണ്ടാകും. ഈ സ്ഥലം വനഭൂമിയുമായി അതിരു പങ്കിടുന്നു. ചുറ്റും റിസർവ്വ് ഫോറസ്റ്റാണ്. ഇടക്കിടെ രാത്രിയിൽ ആനയിറങ്ങി കൃഷി നശിപ്പിച്ചുകളയും. പകൽ കുരങ്ങന്മാർ കൂട്ടത്തോടെ വന്ന് തിന്നാൻ കൊള്ളാവുന്നതൊക്കെ തട്ടിയെടുക്കും. അവിടെ സ്ഥിരമായി കാവൽക്കാരും കാവൽപുരയുമുണ്ട്. അവരുടെ മേൽനോട്ടം കുഞ്ഞബ്ദുള്ളയുടെ അമ്മാമൻ വരിക്കോളി യൂസഫ്ക്കയുടേതാണ്. നാട്ടുകാർ അദ്ദേഹത്തെ സ്നേഹപൂർവ്വം അധികാരി യൂസഫ് എന്ന് വിളിക്കാറുണ്ട്. നല്ലൊരു വെടിക്കാരനാണദ്ദേഹം. കൃഷി സംരക്ഷമാർത്ഥം ആ കുടുംബത്തിന് സർക്കാർ ലൈസൻസോടെ തോക്ക് അനുവദിച്ചിട്ടുണ്ട്. യൂസഫ്ക്കയാണ് അതിന്റെ കൈകാര്യകർത്താവ്. തോക്കുമായി മൂപ്പരെ കണ്ടാൽ കുരങ്ങന്മാർ പിന്നെ ഒരൊറ്റ ഓട്ടമാണ്. ഇവരുടെ വികൃതികൾ കണ്ടാൽ ആരും ചിരിച്ചുപോകും. ഞങ്ങൾ പിള്ളേരെ അവ തീരെ ഗൗനിക്കാറില്ല. സ്ത്രീകൾ ഓടിക്കാൻ ശ്രമിച്ചാൽ ഇവറ്റകൾ തിരിച്ചുകാണിക്കുന്നത് അശ്ലീലമായിരിക്കും. മനുഷ്യനും ചിമ്പാൻസി കുരങ്ങനും തമ്മിലുള്ള ജനിതക വ്യത്യാസം കേവലം 0-1 ശതമാനം മാത്രമേ ഉള്ളൂ എന്നാണ് ആധുനിക ശാസ്ത്രത്തിന്റെ കണ്ടെത്തൽ. വളരെ സമർത്ഥമായാണ് അവരുടെ തീറ്റ ശേഖരണം. ഒരു ക്യാപ്റ്റൻ നേതൃത്വത്തിലാണ് കൃഷിഭൂമി കയ്യേറുക. പൊക്കമുള്ള മരത്തിലിരുന്ന് നേതാവ് മറ്റുള്ളവർക്ക് നിർദ്ദേശങ്ങളും അപായസൂചനകളും നൽകിക്കൊണ്ടിരിക്കും. മരച്ചീനി തണ്ടിന്റെ കവരത്ത് രണ്ട് മൂന്നെണ്ണം കയറിയിരിക്കും. വേറൊരു കൂട്ടർ തണ്ട് ആട്ടിക്കൊണ്ടിരിക്കും. മണ്ണ് ഇളകിക്കൊണ്ടിരിക്കുമ്പോൾ പുറത്തോട്ടു പുറം തിരിഞ്ഞു കപ്പത്തണ്ടിൽ പിടിച്ച്

കിഴങ്ങ് പതിയെ പിഴുതെടുത്തു തലയിൽ ചുമന്ന് വിജയാഹ്ലാദത്തോടെ ഒരോട്ടമുണ്ട്. കൗതുകകരമായ ഒരു കാഴ്ച തന്നെയാണത്. കുരങ്ങന്മാരെ പേടിപ്പിക്കാൻ നമുക്കും തോക്കുപയോഗിക്കണമെന്ന് കലശലായ മോഹമുണ്ടായി. അതിനുള്ള തയ്യാറെടുപ്പും തുടങ്ങി. വെടിമരുന്ന് കിട്ടാൻ പ്രയാസമുണ്ട്. അത് ഭദ്രമായി അലമാരയിൽ പൂട്ടിവയ്ക്കുന്നത് കൊണ്ട് ഞങ്ങൾക്ക് കിട്ടില്ല. ചെറിയ കുറേ ഈയ്യത്തിന്റെ ഷെല്ലുകൾ പലപ്പോഴായി സംഘടിപ്പിച്ചു. വെടിമരുന്നിന് പകരം തീപ്പെട്ടികമ്പിന്റെ അഗ്രഭാഗത്തുള്ള മരുന്നുപയോഗിച്ച് തിര(കാട്രിഡ്ജ്) ഉണ്ടാക്കി. ഇനി അതൊന്നുപരീക്ഷിച്ചുനോക്കണം. പരീക്ഷണം അധികാരിയുടെ കണ്ണുവെട്ടിച്ച് വേണം നടത്താൻ. കമുങ്ങിൻ പാളയിൽ കുരങ്ങിന്റെ ചിത്രം വരച്ച് അടയാളപ്പെടുത്തി. ഒരു കമ്പിൽ കുത്തിനിർത്തി. യൂസഫ്ക്ക തിരിച്ചെത്തുന്നതിന് മുമ്പ് ഫയറിംഗ് പ്രാക്ടീസ് ആരംഭിച്ചു. ആദ്യം എന്റെ ഊഴം. തോക്ക് ചേർത്ത് പിടിച്ച് ലക്ഷ്യം നോക്കി കാഞ്ചി വലിക്കണം. നിർദ്ദേശങ്ങൾ തന്ന് തൊട്ട് പിറകിൽ തന്നെയുണ്ട് നമ്മുടെ ഇക്ക. തോക്ക് ചുമലിൽ അമർത്തി പിടിച്ച് കൃത്യമായി ഉന്നംപിടിച്ച് ഞാൻ കാഞ്ചി വലിച്ചു. വെടി പൊട്ടി. ടപ്പ് എന്ന ഒരൊച്ചയും ഒരു നിലവിളിയും.

അധികാരി മരുമോന്റെ കരണക്കുറ്റിക്ക് കൊടുത്ത അടിയുടെ ശബ്ദമായിരുന്നു അത്. തോക്ക് തറയിലിട്ട് ഞാൻ ഓടി. എന്റെ പിറകെ അവനും വെച്ചു പിടിച്ചു. ഓടടാ ഓട്ടം. മുണ്ടോൻ കൃഷിയുള്ള വയലിൽ പോയി നുഴഞ്ഞു കയറി ശ്വാസം വിടാതെ ഒളിച്ചിരുന്നു.

ഗ്രാമത്തിന്റെ മുഖമുദ്ര മാറുന്നു

ആറര പതിറ്റാണ്ട് മുമ്പുള്ള ഭൂതകാലത്തേക്ക് ഊളിയിട്ടിറങ്ങുമ്പോൾ മനസ്സിൽ വ്യക്തികളും സംഭവങ്ങളും ഒരു വെള്ളിത്തിരയിലെന്നപോലെ മിന്നി മറഞ്ഞുകൊണ്ടിരിക്കും. ഓർമ്മയുടെ അകത്തളങ്ങളിൽ നിന്ന് തികട്ടി വരുന്ന അവക്ക് ഏകീകൃത ഭാവമോ കാലക്രമമോ നിർണയിക്കാൻ സാധ്യമല്ല. അതിന് പ്രയാസമുണ്ട്. ഓർമ്മയിലെത്തുന്നത് അതുപോലെ തന്നെ പകർത്തുകയേ നിർവ്വാഹമുള്ളൂ. പൂഴിയോട് പുഴമുതൽ വടക്ക് റിസർവ്വ് ഫോറസ്റ്റിന്റെ അതിര് വരെ നീണ്ടു കിടക്കുന്ന പാടശേഖരമാണ് പുഴിയോട് നെൽവയൽ. വടക്കേ അറ്റത്തുള്ള സ്ഥലത്തിന് പൊള്ളംപാറ എന്നും തെക്ക് ഭാഗം പുഴയോട് ചേർന്ന് അല്പം താണു കിടക്കുന്ന വയലിന് കുണ്ട്കണ്ടം എന്നും പറയപ്പെടുന്നു. പച്ചകൃഷി ചെയ്യുന്ന കാലത്ത് കുണ്ട്കണ്ടത്തിൽ വെള്ളരിയും മത്തനും തണ്ണീർമത്തനും നിറയെ ഉണ്ടാവും. കുറുക്കന്മാരെ ഓടിക്കാൻ ഒരു തണ്ണീർപന്തലുണ്ടാക്കി കാവലേർപ്പെടുത്തും. പണിയസമുദായത്തിൽ പെട്ട യുവാക്കളാണ് കാവലിരിക്കുക. രാത്രിയിൽ അവരുടെ തുടിമുട്ടും നാടൻശീലുകളും മറ്റ് കലാപ്രകടനങ്ങളും പതിവാണ്. ഈ പ്രദേശം പൂർണ്ണമായും ഞങ്ങളുടെ കേളീരംഗമാണ്. അതേക്കുറിച്ച് എഴുതുമ്പോൾ എന്തോ ഒരു നഷ്ടബോധം അരിച്ചെത്തുന്നു. വയലിനോട് ചേർന്നൊഴുകുന്ന ഒരു തോടുണ്ട്. അത് ഇന്നും ഉണ്ട്. വനമേഖലയിൽ നിന്ന് കണ്ണീർചാലുകൾ പോലെ ഒഴുകി എത്തുന്ന കാട്ടരുവികൾ തോടിനെ സമ്പന്നമാക്കുന്നു. ധാരാളം മത്സ്യങ്ങളുണ്ടാവും തോട്ടിൽ. അവിടെ ചൂണ്ടയിട്ടു മീൻ പിടിക്കാൻ ഞങ്ങൾക്കൊരു ഹോബിയാണ്. ഈ തോട് ചെന്നെത്തുന്നത് പൂഴിയോട് പുഴയിലാണ്. മഴക്കാലത്ത് പുഴയിലെ മത്സ്യങ്ങളും തോട്ടിലേക്ക് കയറും. തോട്ടിൽ തടയണ കെട്ടി ഒഴുക്കിനെതിരെയും തിരിച്ചും കൂട് എന്നപേരിലുള്ള കെണി ഒരുക്കി വച്ച് കുറിച്യ സമുദായക്കാർ വൻതോതിൽ മത്സ്യബന്ധനം നടത്തും. പനയോലയിലെ ഈർക്കിൽ കൊണ്ടാണീ കൂട് നിർമ്മിക്കുക. ഉള്ളിൽ കയറിപ്പോകുന്ന മീനുകൾക്ക് അതിൽ നിന്ന് രക്ഷപ്പെടാനാവില്ല. നല്ല രൂപഭംഗിയുള്ള നിർമ്മിതിയാണ്

ഈ മത്സ്യബന്ധന ഉപകരണം. കൗതുകകരമായ ഈ ഉപകരണത്തിന്റെ നിർമ്മാണം അവരിലെ പിൻതലമുറക്ക് അറിയാമോ, അതോ അന്യം നിന്ന് പോയോ എന്നറിയില്ല.

കാലം മാറ്റിമറിച്ച കാലാവസ്ഥയിൽ ഉറവവറ്റി ശുഷ്കിച്ചു പോയെങ്കിലും ആ തോട് ഇന്നുമുണ്ട്. പക്ഷേ വിശാലമായി കിടന്ന നെൽപാടം ഇന്നില്ല. എല്ലാം ജനങ്ങൾ തിങ്ങിപാർക്കുന്ന പുരയിടങ്ങളാണ്. അവിടെല്ലാം ആധുനികരീതിയിൽ പണിത കോൺക്രീറ്റു കെട്ടിടസമുച്ചയമുണ്ട്. എന്തെല്ലാം മാറ്റങ്ങൾ. കഴിഞ്ഞ അറുപത് വർഷങ്ങൾക്കിടയിൽ നാട്ടിന്റെ മുഖച്ഛായ തന്നെ മാറി. വയലും തോടും തോട്ടിൽ നീന്തിത്തുടിക്കുന്ന പരൽമീനുകളും അവയെ റാഞ്ചിയെടുക്കാൻ അനങ്ങാതെ തപസ്സിരിക്കുന്ന കൊക്കുകളും പുളഞ്ഞുകളിക്കുന്ന നീർക്കോലി പാമ്പിൻ തലമണ്ടക്കിട്ട് കൊടുക്കാൻ കേറ്റ് ബൽട്ടിൽ (കവണ) കല്ലുമിട്ട് പമ്മി നടക്കുന്ന വികൃതി പയ്യന്മാരും എല്ലാം, എല്ലാം ഓർമ്മകളായി.

പൊള്ളമ്പാറ വയലിനെ ഓർക്കുമ്പോൾ അതിനോട് ചേർന്നുകിടക്കുന്ന വെളുമ്പത്തെ കാടും പരാമർശിക്കേണ്ടിവരും. പൊള്ളമ്പാറ എന്ന സ്വകാര്യഭൂമിയോട് തൊട്ടുകിടക്കുന്ന വനം പ്രദേശത്ത് പുരാതന ഗുഹകളുണ്ടെന്ന് കേട്ടിട്ടുണ്ട്. അതിലൊരെണ്ണം ഇപ്പോഴും കാണാൻ കഴിയും. വായവട്ടം ചുരുങ്ങി ഒരു ചെമ്പിന്റെ ആകൃതിയിലാണത്രേ. ഞാൻ കണ്ടിട്ടില്ല. സുഹൃത്തുക്കൾ പറഞ്ഞറിവാണ് അതൊന്ന് പരിശോധിക്കണം. അകം പൊള്ളയായതിനാലാണോ ഈ സ്ഥലത്തിന് പൊള്ളമ്പാറ എന്ന പേരുണ്ടായത്? ആർക്കറിയാം.

ചരിത്രമുറങ്ങുന്ന ശ്മശാനഭൂമി

ഞാനെന്തിന് വേണ്ടി എഴുതുന്നു എന്നാരെങ്കിലും ചോദിച്ചാൽ കൃത്യമായ ഒരു മറുപടിയില്ല. എന്നാൽ ചിലതുണ്ട് താനും. ഞാൻ ജനിച്ചുവളർന്ന മണ്ണിനെക്കുറിച്ച് കുറെ കുറിപ്പുകളെഴുതി വച്ചാൽ ഭാവിതലമുറക്ക് ചിലപ്പോളവ ചരിത്രരചനയിൽ മുതൽക്കൂട്ടായേക്കാം. പലരിൽ നിന്നും പലപ്പോഴായി ലഭിക്കുന്ന സൂചനകളുടെ ആകെത്തുകയാണ് ശരിയായ ചരിത്രനിർമ്മിതിക്ക് അടിത്തറ സൃഷ്ടിക്കുന്നത്. ഇത് ഒരു ചരിത്ര രചനയായി ആരും മുഖവിലക്കെടുക്കരുത്. പ്രത്യുത ഗവേഷണ വിദ്യാർത്ഥികൾക്ക് ഒരു പാത തെളിച്ചുകൊടുക്കുക എന്ന ഉദ്ദേശം മാത്രമേ ഈ ലേഖനത്തിനുള്ളൂ.

കഴിഞ്ഞ അദ്ധ്യായത്തിൽ വിവരിച്ച പൊള്ളംപാറ വിശേഷങ്ങൾ എനിക്ക് എട്ടോ പത്തോ വയസ്സ് പ്രായമുള്ളപ്പോഴുള്ളതാണ്. അന്ന് സമീപത്തുള്ള വനത്തിലും പോവാറുണ്ട്. പ്രധാന ഉദ്ദേശം ആഞ്ഞിലി (ആയനിപ്ലാവ്) വൃക്ഷത്തിലെ ചക്ക കുരങ്ങന്മാരിൽ നിന്ന് തട്ടിയെടുക്കലാണ്. അവയെ പ്രകോപിപ്പിച്ചാൽ ആഞ്ഞിലി മരത്തിന്റെ ചക്ക പറിച്ചു ഞങ്ങളുടെ നേരെ എറിയും. അതാണ് തന്ത്രം. ഈ കുരങ്ങന്മാരുടെ ചില വിചിത്ര സ്വഭാവങ്ങളും പരാമർശിക്കേണ്ടിവരും. ചിലപ്പോഴവ കാട്ടുചോലക്കരികെ ഇറങ്ങി വന്ന് വിവിധ വർണ്ണത്തിലുള്ള കല്ലുകൾ പാറയിലുരച്ച് ചാന്തുണ്ടാക്കി പരസ്പരം ശരീരത്തിൽ തേച്ച് പിടിപ്പിക്കുന്നതായി കണ്ടിട്ടുണ്ട്. അതും ഒരുപക്ഷേ അനുകരണമായിരിക്കാം.

ഈ വനത്തിൽ തന്നെയാണ് വെളുമ്പത്ത് എന്ന പേരിലറിയപ്പെടുന്ന സ്ഥലം. അത് പുരാതനകാലം മുതലേ കണ്ണവം മഹല്ലിന്റെ ശ്മശാനഭൂമിയാണ്. എന്റെ ചെറുപ്പകാലത്ത് ഇന്നത്തെ കണ്ണവം പള്ളിയുടെ പരിസരം തന്നെ ശ്മശാനമായി ഉപയോഗപ്പെടുത്തിയിരുന്നു. അപൂർവ്വമായി മാത്രം പാവപ്പെട്ടവരെ വെളുമ്പത്ത് അടക്കാറുണ്ട്. പണ്ടെങ്ങോ തകർന്നുപോയ ഒരു ചെറിയ പള്ളിയുടെ തറയും പള്ളികളിൽ കാണപ്പെടുന്ന മിംബർ എന്ന പ്രസംഗപീഠത്തിന്റെ അല്പം ഭാഗവും ദിശ കാണിക്കുന്ന മെഹ്റാബിന്റെ ചില അവശിഷ്ടങ്ങളും വെളുമ്പത്ത് ഉണ്ടായിരുന്നു.

വെളുമ്പത്ത് പള്ളി

പകർച്ചവ്യാധികൾ പടർന്നുപിടിക്കുക, മഴയുടെ ലഭ്യത കുറഞ്ഞ് വരൾച്ച ഉണ്ടാവുക എന്നീ ഘട്ടങ്ങളിൽ അന്നത്തെ ആളുകളുടെ വിശ്വാസമനുസരിച്ച് വെളുമ്പത്ത് പോയി കൂട്ടുപ്രാർത്ഥന നടത്തുക പതിവായിരുന്നു. അവരുടെ കൂടെ ചെറുപ്പത്തിൽ ഈ ലേഖകനും ഈ പ്രാർത്ഥനകളിൽ പങ്കെടുക്കാറുണ്ട്. ചപ്പ് ചവറുകൾ നിറഞ്ഞ് കൂമ്പാരമായി കാണപ്പെടുന്ന പള്ളിയുടെ തറയും മുറ്റവും വൃത്തിയാക്കാൻ കാലത്തെ തന്നെ യുവാക്കളെത്തി പരിസരം ശുചീകരിക്കും. ആ സമയം നാട്ടുപ്രമാണിമാരായ അണ്ടത്തോടൻ മമ്മൂക്ക, എം.സി. കുഞ്ഞമ്മദാജിക്ക, വരിക്കോളി മമ്മത്ക്ക, എം.കെ. കുഞ്ഞിമൂസക്ക എന്നിവരും പരിവാരങ്ങളും എത്തി ഉസ്താദുമാരുടെ നേതൃത്വത്തിൽ പ്രാർത്ഥന ചൊല്ലി പിരിയും. ഓരോരുത്തരും കാഴ്ചകളായി കൊണ്ടുവരുന്ന അവിൽ, പഴം, ഇളനീർ, പഞ്ചസാര എന്നിവ കലർത്തി അതോടൊപ്പം ഏലക്കായും ചേർത്തുണ്ടാക്കുന്ന പാനീയം കുടിക്കാൻ വളരെ സ്വാദിഷ്ടമാണ്. അതിനുശേഷം ആ സംഘം തൊടീക്കളത്തിനടുത്തുള്ള മരുവൻതല എന്ന നേർച്ചസ്ഥലവും സന്ദർശിക്കാറുണ്ട്.

വെളുമ്പത്ത് കൂടിപോകുന്ന ഒരു നാട്ടുപാതയുണ്ടായിരുന്നു. അന്നതിന് ഒരു കാളവണ്ടി പോകാനുള്ള വീതി മാത്രമേ ഉണ്ടായിരുന്നുള്ളൂ. മുക്കാൽ ഭാഗവും പുല്ലും തൊട്ടാവാടി ചെടിയും നിറഞ്ഞതാണ്. ആളുകൾ നടന്നു പോകുന്ന അടയാളം നടുക്കുണ്ടാവും. ഇതിലെ ഞാനും തോട്ടത്തിലെ അസ്സീസ് എന്ന ബന്ധുവും കൂടി ചെറുവാഞ്ചേരിയിലുള്ള അമ്മാമന്റെ ഭാര്യവീട്ടിൽ പോകുന്ന കാര്യം ഓർമ്മയിലുണ്ട്. ഇന്ന് പള്ളിയുടെ നേർച്ച ഭണ്ഡാരം ഉള്ള സ്ഥലത്ത് തന്നെ ഏതോ അജ്ഞാത വ്യക്തി ഉണ്ടാക്കിവെച്ച വെണ്ണക്കല്ലുകൊണ്ടുള്ള ചന്ദനത്തിരി കൊളുത്തുന്ന വട്ടക്കല്ല് ഉണ്ടായിരുന്നു. അതിന്റെ മധ്യത്തിലുള്ള തുളയിൽ വഴിപോക്കർ നേർച്ചയിടും. കാട്ടാനയുടെ ശല്യം ഉണ്ടാവാതിരിക്കാനുള്ള മുൻകരുതലാണത്രേ ഈ നേർച്ച ഇടൽ. അതാണ് അന്നത്തെ വിശ്വാസം.

ചെറുവാഞ്ചേരിയിലേക്കുള്ള യാത്രയിൽ നമ്മുടെ അസ്സീസ് കാലണ (അന്നത്തെ നാണയം) ഈ കുഴിയിൽ നിക്ഷേപിക്കും. തൊട്ടുപുറകിലുള്ള ഞാനതിങ്ങെടുക്കും. തിരിച്ചു വരുമ്പോൾ അതേ നാണയം ഞാൻ അവിടെ നേർച്ചയിടും. അപ്പോൾ അസീസ് അത് തിരിച്ചെടുക്കും. അങ്ങനെ പരസ്പര ധാരണയിൽ ഞങ്ങൾ നേർച്ച കടം വീട്ടും. പക്ഷേ കാശ് നഷ്ടമാവില്ല. അതിന് ഞങ്ങൾ നാരങ്ങ മിഠായി വാങ്ങിത്തിന്നും. എങ്ങനെയുണ്ട് ഞങ്ങളുടെ ബുദ്ധി.

രഹസ്യങ്ങളുടെ കലവറ

വെളുമ്പത്ത് പ്രദേശത്തെ സംബന്ധിച്ച് ഈ ലേഖനം പരമാവധി സത്യസന്ധവും വസ്തുനിഷ്ഠവുമാവണമെന്ന് എനിക്ക് നിർബന്ധമുണ്ട്. 1955 മുതലുള്ള എന്റെ നേർ അനുഭവങ്ങളും മൂന്ന് നാല് തലമുറകളിൽ നിന്ന് ലഭ്യമായ കഥകളും ഇതിന് പിൻബലമായുണ്ട്. പൂർവ്വികരുടെ വാമൊഴി അനുസരിച്ച് വെളുമ്പത്ത് ആയിരുന്നത്രേ മുസ്‌ലിം ജനവിഭാഗത്തിന്റെ സെറ്റിൽമെന്റ് ഏരിയ. അവിടെ ധാരാളം വീടുകളും പള്ളിയും ഉണ്ടായിരുന്നുവെന്ന് പരേതനായ പഞ്ചാര മമ്മൂക്ക അദ്ദേഹത്തിന്റെ പിതാമഹനമാരെ ഉദ്ധരിച്ച് സാക്ഷ്യപ്പെടുത്തിയിട്ടുണ്ട്. നേരിട്ട് എന്നോട് പറഞ്ഞതാണ്. കാട്ടിൽ അവിടവിടെയായി ചെറിയ മൺതറകളും കിണറുകൾ എന്ന് തോന്നിക്കുന്ന കുഴികളും ദൃശ്യമായിരുന്നുവെന്ന് പലരും പറഞ്ഞറിവുണ്ട്. ഇന്ന് കാണുന്ന വിധം വെളുമ്പത്ത് നേർച്ചസ്ഥലം പ്രശസ്തമായതിന് പിന്നിൽ ഒരു ചരിത്രമുണ്ട്. 1961-62 കാലഘട്ടത്തിലാണ് ആ പ്രതിഭാസം ഉണ്ടായത്. അന്ന് ഞാൻ ഹൈസ്കൂൾ ക്ലാസ്സുകളിൽ പഠിക്കുകയായിരുന്നു. അതുകൊണ്ട് തന്നെ അതെന്റെ അനുഭവം കൂടിയാണ്. ഞങ്ങളുടെ നാട്ടിൽ കല്ലികൃഷ്ണേട്ടൻ എന്ന ഒരു പൗരപ്രമുഖൻ ഉണ്ടായിരുന്നു. അദ്ദേഹം സാമ്പത്തികമായും സാമൂഹ്യമായും സമുന്നതനായ സ്ഥാനം അലങ്കരിച്ച വ്യക്തിയുമാണ്. നല്ല സാമ്പത്തിക ശേഷിയുള്ള പിൻമുറക്കാർ ഇന്നും കണ്ണവത്തുണ്ട്. കൃഷ്ണേട്ടന് ചെറുവാഞ്ചേരിക്കടുത്തുള്ള കല്ല് വളപ്പിൽ കുറെ ഭൂസ്വത്തുള്ളത് കാരണം അദ്ദേഹം പലപ്പോഴും പകൽ സമയങ്ങളിൽ കൃഷിപ്പണിക്ക് മേൽനോട്ടം വഹിച്ചുകൊണ്ട് അവിടെ തന്നെ തങ്ങുമായിരുന്നു. അന്ന് ഏറെ കുറെ കാൽനട യാത്ര തന്നെയാണ് പതിവ്. എന്തോ കാരണം കൊണ്ട് കൃഷ്ണേട്ടൻ കണ്ണവത്തേക്കുള്ള തിരിച്ചുവരവ് അല്പം വൈകിപ്പോയി. വെളുമ്പത്തെ കാട്ടിലെത്തിയപ്പോൾ വഴികാണാത്തത്ര കൂരിരുട്ട്. സ്വതവേ ധൈര്യശാലിയായ അദ്ദേഹത്തിന് ഉള്ളിൽ കുറച്ച് ഭയവും തോന്നിത്തുടങ്ങി. അവിടെ ചിലപ്പോഴൊക്കെ കാട്ടാന വഴിയിലുണ്ടാവാറുണ്ട്. അങ്ങനെ തപ്പിത്തടഞ്ഞു നടക്കുമ്പോൾ കാട്ടിലൊരു വെളിച്ചം കണ്ടു. അവിടെ

കയറി കത്തിക്കൊണ്ടിരിക്കുന്നത് വിറകുകൊള്ളിയാണെന്ന ധാരണയിൽ അതിലൊരെണ്ണം കൈയിലെടുത്ത് വീട്ടിലെത്തി. അല്പം മദ്യലഹരിയിലായതുകൊണ്ട് കൃഷ്ണേട്ടന് പ്രത്യേകിച്ച് ഒന്നും തോന്നിയില്ല. കത്തിക്കൊണ്ടിരിക്കുന്ന വിറക് ആണെന്ന ധാരണയിൽ എടുത്തുകൊണ്ടുവന്ന വസ്തു യഥാർത്ഥത്തിൽ ദ്രവിച്ചു പൂതലായ ഒരു മരക്കഷണം മാത്രമായിരുന്നു.

വിളക്കിന്റെ പ്രകാശത്തിൽ ഒരു മരക്കഷണം മാത്രമായിക്കണ്ട വസ്തു ഇരുട്ടത്ത് പ്രകാശവികിരണം നടത്തുന്നത് നേരിൽ കണ്ടപ്പോൾ എന്തോ ദിവ്യവസ്തുവാണെന്ന ധാരണയിൽ അതെടുത്ത് ഭദ്രമായി ഒരറയിൽ സൂക്ഷിച്ചു. അതിന് വിശേഷാൽ പൂജാക്കർമ്മങ്ങളും മറ്റും സ്വകാര്യമായി അനുഷ്ഠിക്കാൻ തുടങ്ങി. രണ്ടുമൂന്ന് ദിവസങ്ങൾക്കകം ഈ കാര്യം നാട്ടിലാകെ പരന്നു.

നാട്ടുകാർ വെളുമ്പത്ത് പള്ളി പരിസരം പരിശോധിക്കുകയും നിജസ്ഥിതി മനസ്സിലാക്കുകയും ചെയ്തു. ഈ ലേഖകനും അത് കാണാൻ പോയിരുന്നു. തുടക്കത്തിൽ കുറച്ച് സ്ഥലത്തുള്ള പച്ചയും ഉണങ്ങിയതുമായ ഇലകളും മറ്റ് പാഴ്വസ്തുക്കളും പ്രകാശിച്ചുകൊണ്ടിരുന്നു. പിന്നീട് ദിവസങ്ങൾ കഴിയുംതോറും ഈ പ്രതിഭാസം വർദ്ധിച്ചുകൊണ്ടേയിരുന്നു. ജനങ്ങളെ അത്ഭുതപ്പെടുത്തിക്കൊണ്ട് ആ സ്ഥലം മുഴുവൻ പ്രകാശപൂരിതമായി കാട്ടിനുള്ളിൽ ടോർച്ച്‌ലൈറ്റ് ഉപയോഗിക്കാതെ സഞ്ചരിക്കാമെന്നായി.

ഈ അത്ഭുത പ്രതിഭാസം ഇന്ത്യയിലങ്ങോളമിങ്ങോളം പരന്നു. കേട്ട് കേൾവിയുടെ അടിസ്ഥാനത്തിൽ ബോംബെ, മദ്രാസ്, കൽക്കത്ത മുതലായ പല സ്ഥലങ്ങളിൽ നിന്നും സന്ദർശകരായി ഇവിടെ എത്തി. രാത്രി വിദൂര സ്ഥലങ്ങളിൽ നിന്ന് വരുന്ന വാഹനങ്ങളുടെ നിലക്കാത്ത പ്രവാഹമായിരുന്നു. അതോടെ ഈ സ്ഥലം ഒരു പ്രധാന തീർത്ഥാടന കേന്ദ്രമായി വളർന്നുവന്നു. പഴയ പള്ളിയുടെ അസ്ഥിവാരത്തിൽ യാതൊരു മാറ്റവും വരുത്താതെ ചെറിയപള്ളി ഉയർത്തപ്പെട്ടു. മൂടിപ്പോയ കിണർ ഉപയോഗയോഗ്യമാക്കി. സന്ദർശകരുടെ വരവ് വർദ്ധിച്ചതോടെ പള്ളിക്കമ്മിറ്റിയുടെ സാമ്പത്തിക നില കൂടുതൽ മെച്ചപ്പെട്ടു. കാലക്രമത്തിൽ വലുതും ചെറുതുമായ കെട്ടിടങ്ങൾ പ്രാർത്ഥനാ മന്ദിരങ്ങളായും അനുബന്ധ സ്ഥാപനങ്ങളായും ഉയർന്നുവന്നു. വർഷംതോറും ആയിരങ്ങളെ പങ്കെടുപ്പിച്ച് ഉറൂസ് എന്ന പരിപാടി സംഘടിപ്പിക്കുന്നു. അത് വഴി കൂടുതൽ കൂടുതൽ പ്രശസ്തിയും സമ്പത്തും ആർജ്ജിച്ചുകൊണ്ടിരിക്കുന്നു.

മേൽഖണ്ഡികയിൽ വിവരിച്ച പ്രകാശ ദർശനത്തെക്കുറിച്ച് പലവക

അഭിപ്രായങ്ങളുമുണ്ട്. ഇവിടെ നൂറ്റാണ്ടുകൾക്കുമുമ്പ് ജീവിച്ചു മരിച്ചു പോയ സിദ്ധന്മാരുടെ (ഔലിയാക്കൾ) സിദ്ധി വിശേഷം അഥവാ കറാമത്ത് വെളിപ്പെട്ടതാണെന്ന് വിശ്വാസികൾ കരുതുന്നു. അതിപുരാതനമായ ശ്മശാനമായതുകൊണ്ട് മണ്ണിൽ അലിഞ്ഞുചേർന്ന കാത്സ്യം, മഗ്നീഷ്യം, ഫോസ്ഫറസ് എന്നീ മൂലകങ്ങളുടെ പ്രകാശവികിരണമാണെന്ന് ഒരു കൂട്ടരും, അതല്ല ഒരു പ്രത്യേക ഇനം ഫംഗസ് ബാധയാണെന്ന് മറ്റൊര കൂട്ടരും അഭിപ്രായപ്പെടുന്നു. ഏതായാലും ശാസ്ത്രീയമായ ഒരന്വേഷണം അക്കാലത്ത് നടന്നിട്ടില്ല. അതൊരു പോരായ്മ തന്നെയായിരുന്നു.

വെളിച്ചത്തിന്റെ വാതായനങ്ങൾ

യാദൃശ്ചികമായി വീണുകിട്ടുന്ന ചില സംഭാഷണ ശകലങ്ങൾ ഭൂതകാലത്തേക്കുള്ള പാത വെട്ടിത്തെളിക്കുന്നതിന് നിമിത്തമായിത്തീരാറുണ്ട്. അങ്ങിനെയുള്ള ഒരു സംഭവമാണ് ഞാൻ ഈ അദ്ധ്യായത്തിൽ വിവരിക്കുന്നത്. കഴിഞ്ഞ അദ്ധ്യായത്തിൽ വിശദീകരിച്ച വെളുമ്പത്തെ സ്മരണകൾ അയവിറക്കുമ്പോൾ എന്റെ മനസ്സിൽ എപ്പോഴും പൊന്തിവരുന്ന ഒരു ചോദ്യമുണ്ട്. പണ്ടുകാലത്ത് ജനനിബിഡമായ ആ പ്രദേശത്തിന് എന്തു സംഭവിച്ചു. എങ്ങിനെ അവിടെ വിജനമായി കാടുപിടിച്ചു കിടന്നു. ഇതിന് ഉത്തരം തേടി ഞാൻ പലരുമായി സംഭാഷണത്തിലേർപ്പെട്ടിട്ടുണ്ട്. അങ്ങനെ ഒരു സുഹൃത്തുമായി ആശയ വിനിമയം നടത്തുമ്പോൾ അദ്ദേഹം ഓർത്തെടുത്ത് പറഞ്ഞ കാര്യമാണിത്. പണ്ട് വെളുമ്പത്തെ കാടിന് സമീപം ഫോറസ്റ്റിൽ മരം വെട്ടുന്ന സമയം കുറിച്യ സമുദായക്കാരനായ ഒരാദിവാസി പടുവൃദ്ധൻ പറഞ്ഞ ചില വചനങ്ങൾ. ആ വൃദ്ധന്റെ മുതുമുത്തച്ഛന്മാരിൽ നിന്ന് പരമ്പരയായി കിട്ടിയ അറിവാണത്രേ.

വെളുമ്പത്ത് ഒരുപാട് മുസ്ലീങ്ങളുടെ പാർപ്പിടങ്ങളുണ്ടായിരുന്നുവെന്നും വെള്ളക്കാർ വന്ന് അവരെ കൊന്നൊടുക്കി വീടുകളിലും മറ്റും ആനകളെ കൊണ്ട് തട്ടിത്തകർത്തു കളഞ്ഞു എന്നും ആണ് വൃദ്ധന്റെ മൊഴികൾ. ഏത് വെള്ളക്കാരാണ് അത് ചെയ്തതെന്ന ചോദ്യത്തിന് തികച്ചും ഗ്രാമ്യഭാഷയിൽ ഈ വെള്ളക്കാരല്ല, ഇതിന് മുമ്പ് വന്ന വെള്ളക്കാർ എന്നും അയാൾ സൂചിപ്പിച്ചത്രേ. ഈ വാക്കുകൾ ശ്രവിച്ചപ്പോൾ വർഷങ്ങളായി എന്റെ മനസ്സിനെ മദിച്ചുകൊണ്ടിരുന്ന സംശയങ്ങളിലേക്ക് വെളിച്ചം വീണ പ്രതീതിയാണുണ്ടായത്. എന്റെ ചിന്ത ആ ആദിവാസിയുടെ വചനങ്ങളുമായി ഒരു മൽപിടുത്തം തന്നെ നടത്തി. അദ്ദേഹം ചുമ്മാ ഒരു പൊളി വാക്ക് പറഞ്ഞതാണോ? വെറുതെ എന്തിന് ഇങ്ങനെ ഒരു നുണ പറയണം? എന്റെ അറിവിൽ പെട്ടിടത്തോളം സത്യസന്ധരായ ഒരു ആദിവാസി വർഗ്ഗത്തിൽപെട്ട വ്യക്തിയാണദ്ദേഹം. നുണ പറഞ്ഞാൽ ഈശ്വരകോപമുണ്ടാകുമെന്ന് വിശ്വസിക്കുന്നവരാണ് അന്നത്തെ

കുറിച്യവിഭാഗം. അതുകൊണ്ട് തന്നെ അദ്ദേഹത്തിന്റെ മൊഴികൾ അവ ശ്വസിക്കേണ്ടതില്ല എന്ന് ഞാൻ കരുതുന്നു.

ആദിവാസി മൂപ്പന്റെ വാക്കുകളെ നമുക്ക് ഒന്നുകൂടി അപഗ്രഥിച്ചു നോക്കാം. ഈ വെള്ളക്കാരല്ല ഇതിനുമുമ്പ് വന്ന വെള്ളക്കാർ. അപ്പോൾ അക്രമം കാണിച്ചത് ബ്രിട്ടീഷ്കാരല്ല. അതിനുമുമ്പ് വന്ന അധിനിവേശ ശക്തികളിൽ ആരോ ആയിരിക്കും. ആരായിരിക്കും അവർ. പ്രധാനമായി നാല് വിദേശശക്തികളാണ് നമ്മുടെ നാട്ടിൽ എത്തിയത്. പോർച്ചുഗീസുകാർ, ഡച്ചുകാർ, ഫ്രഞ്ചുകാർ പിന്നെ ബ്രിട്ടീഷുകാരും. ഈ നാല് അധിനിവേശ ശക്തികളിൽ ബ്രിട്ടീഷുകാരെ ആദ്യമേ നമുക്ക് ഒഴിവാക്കാം. ഈ വെള്ളക്കാരല്ല, ഇതിനുമുമ്പ് വന്ന വെള്ളക്കാർ എന്നാണല്ലോ വൃദ്ധന്റെ മൊഴി. പിന്നെ സംശയിക്കപ്പെടേണ്ടവർ മറ്റ് മൂന്ന് യൂറോപ്യന്മാരെയാണ്. അതിൽ ഡച്ചുകാരും ഫ്രഞ്ചുകാരും ഈ പ്രദേശത്തിന് സമീപം അധിനിവേശം നടത്തിയതിന് തെളിവൊന്നുമില്ല. എന്നാൽ പോർച്ചുഗീസുകാർ (പറങ്കികൾ) ഈ പ്രദേശത്തിന് സമീപത്ത് ആധിപത്യം സ്ഥാപിച്ചതായി സൂചനകളുണ്ട്. തലശ്ശേരിക്കടുത്തുള്ള ധർമ്മടത്തും പോർച്ചുഗീസ് പട്ടാളത്തിന്റെ സാമീപ്യം ഉണ്ടായിരുന്നു. അധിനിവേശ ശക്തികളിൽ തദ്ദേശീയരോട് വിശേഷിച്ച് മുസ്ലിം ജന വിഭാഗത്തോട് ഏറ്റവും ക്രൂരത കാണിച്ചവർ പറങ്കികൾ തന്നെയാണെന്ന് ചരിത്രരേഖകൾ സാക്ഷ്യം വഹിക്കുന്നുണ്ട്. (സൂചിക: തുഹ്ഫത്തുൽ മുജാഹിദീൻ ഭാഗം രണ്ട് അദ്ധ്യായം -2) മലബാർ ഭാഗത്തുള്ള മുസ്ലിം ജന വിഭാഗത്തെ പൊതുവെ മാപ്പിളമാർ എന്ന പേരിലാണ് അറിയപ്പെടുന്നത്. അവരുടെ ഭൂസ്വത്ത് രേഖകളിലെല്ലാം പേരിന്റെ കൂടെ മാപ്പിള കച്ചവടം എന്ന് എഴുതുന്ന പതിവുണ്ട്. (ഉദാ:- അബ്ദുള്ള മകൻ യൂസഫ്, 30 വയസ്സ് - കച്ചവടം) ഇതിൽനിന്ന് മനസ്സിലാക്കാവുന്ന ഒരു കാര്യം കച്ചവടം മാപ്പിളമാരുടെ കുലത്തൊഴിലായി കരുതപ്പെട്ടിരുന്നു എന്നാണ്. സാമൂതിരി മഹാരാജാവ് കോഴിക്കോട് ഭരിച്ച കാലത്ത് പോർച്ചുഗീസുകാർക്കെതിരെ ആളും അർത്ഥവും നൽകി സഹായിച്ചത് മാപ്പിളമാരായിരുന്നു. അവരിൽ ഏറ്റവും പ്രമുഖർ കുഞ്ഞാലിമരക്കാർ കുടുംബവും. കുഞ്ഞാലിമരക്കാന്മാരാണ് സാമൂതിരിയുടെ നാവികസേനയെ നിയന്ത്രിച്ചത്. അദ്ദേഹത്തിന്റെ നായർ പടയോടൊപ്പം ധീരരായ മാപ്പിള യോദ്ധാക്കളും പടപൊരുതിയിരുന്നു. പോർച്ചുഗീസുകാർ ഇവിടെ വന്നത് വ്യാപാര കുത്തക സ്ഥാപിക്കുക എന്ന ലക്ഷ്യം വച്ചാണ്. അവർക്കാവശ്യമായ കുരുമുളക്, ചുക്ക് മുതലായ വാണിജ്യ വിഭവങ്ങളുടെ കയറ്റുമതി നിയന്ത്രിച്ചിരുന്നത് അറബികളും മാപ്പിള വ്യാപാരികളുമായിരുന്നു. ഈ

കുത്തക തകർക്കാനായി അവർ സാമൂതിരിയെ സമീപിച്ചുവെങ്കിലും അദ്ദേഹം പറങ്കികൾക്ക് വഴിങ്ങിക്കൊടുത്തില്ല. തൽഫലമായി സാമൂതിരിയും പോർച്ചുഗീസ് അധിനിവേശ ശക്തിയും തമ്മിൽ വർഷങ്ങളോളം നീണ്ടു നിന്ന പോരാട്ടങ്ങളുണ്ടായി. ചിലപ്പോഴെല്ലാം സാമൂതിരിക്ക് പരാജയം സംഭവിക്കുകയും സന്ധിസംഭാഷണങ്ങൾക്ക് വഴങ്ങേണ്ടി വന്നിട്ടുമുണ്ട്. കോഴിക്കോടിന്റെ ചില മേഖലകളിൽ പറങ്കികൾക്ക് താവളം ഉറപ്പിക്കാൻ കഴിഞ്ഞിട്ടുമുണ്ട്. കോലത്തിരി രാജാവുമായി പോർച്ചുഗീസുകാർ സഖ്യമുണ്ടാക്കി കണ്ണൂരിൽ കോട്ട പണിതതും ഇവിടെ സ്മരണീയമാണ്. ഈ കാരണം കൊണ്ട് തന്നെ പോർച്ചുഗീസ് പടയുടെ ഒരു താവളം ധർമ്മടത്തും ഉണ്ടായിരുന്നു. ഞാൻ ഈ കുറിപ്പെഴുതുന്നത് ഏറ്റവും പഴയതും പ്രാമാണികവും എന്ന് വിശേഷിക്കപ്പെട്ട ചരിത്രഗ്രന്ഥമായ തുഹ്ഫത്തുൽ മുജാഹിദീനെ അടിസ്ഥാനമാക്കിയാണ്. വാണിജ്യമേഖലയിലുള്ള ഈ മത്സരം ഒരു കുടിപ്പകയായി വളരുകയും നിരപരാധികളായ മാപ്പിളമാരെപ്പോലും പറങ്കികൾ കഠിനമായി ദ്രോഹിക്കുകയും ചെയ്തതായി സൈനുദ്ദീൻ മഖ്ദൂം ആ ഗ്രന്ഥത്തിൽ പരാമർശിക്കുന്നുണ്ട്. ഒരു കാരണവുമില്ലാതെ മുസ്ലിം വിഭാഗത്തെ കൊല്ലുകയും ആരാധനാലയങ്ങളും അവരുടെ വീടുകളും നശിപ്പിച്ചു കളഞ്ഞതും പ്രസ്തുത ചരിത്ര പുസ്തകത്തിന്റെ മലയാള പരിഭാഷയുടെ പേജ് 80 –81 ൽ വ്യക്തമാക്കിയിട്ടുണ്ട്.

ഈ സാഹചര്യങ്ങളെല്ലാം മനസ്സിൽ വെച്ച് കൊണ്ട് നമുക്ക് അഞ്ചു നൂറ്റാണ്ട് മുമ്പുള്ള വെളുമ്പത്ത് പ്രദേശമൊന്ന് സന്ദർശിക്കാം. അവിടെ കച്ചവടം തൊഴിലായി സ്വീകരിച്ച കുറെ മാപ്പിളമാർ താമസിക്കുന്നു. അവർ ആദിവാസി സമൂഹങ്ങളെ ഉപയോഗപ്പെടുത്തി വനവിഭവങ്ങൾ ശേഖരിച്ച് മൊത്തക്കച്ചവടക്കാർക്ക് എത്തിച്ചുകൊടുക്കുന്നു. ആ കാലഘട്ടത്തിൽ വന നിബിഡമായ മലമുകളിൽ തനിയെ സമൃദ്ധമായി വിളയുന്ന ഒരു ഉൽപ്പന്നമാണ് വിദേശികളെ ഏറെ ആകർഷിച്ച കുരുമുളക് എന്ന കാര്യം എടുത്തു പറയേണ്ടതുണ്ട്. മിക്കവാറും അന്ന് ബാർട്ടർ സിസ്റ്റത്തിലൂടെയുള്ള കച്ചവടമായിരിക്കാം. വെളുമ്പത്ത് നിന്ന് കാളവണ്ടി വഴി കുഞ്ഞിപ്പള്ളി വരെ സഞ്ചരിക്കാനുള്ള വഴിയുണ്ട്. അതുമല്ലെങ്കിൽ വടകരയിലേക്കോ തലശ്ശേരിയിലേക്കോ എത്തിപ്പെടാനാവും. ഈ കാര്യങ്ങളെല്ലാം സൂക്ഷ്മമായി നിരീക്ഷിച്ച പറങ്കിപ്പട പെട്ടെന്ന് ഒരു മിന്നലാക്രമണം നടത്തി ഗ്രാമത്തിലെ ജനങ്ങളെ അറുകൊല ചെയ്യുകയും അവരുടെ പള്ളിയും പാർപ്പിടങ്ങളും തകർത്തു തരിപ്പണമാക്കുകയും ചെയ്തു എന്ന് വേണം ഊഹിക്കാൻ. ഭാഗ്യംകൊണ്ട് മാത്രം രക്ഷപ്പെട്ടവർ ജീവ

നിൽ കൊതിയുള്ളത് കൊണ്ട് സംഭവം പുറംലോകത്തെ അറിയിക്കാതെ ശിഷ്ടമുള്ള ആയുഷ്കാലം കഴിയുന്നത് വരെ രഹസ്യമായി ജീവിച്ചു മരിച്ചു പോയിട്ടുണ്ടാവും. എഴുതപ്പെട്ട രേഖകളൊന്നും ഇതിന് പിൻബലമായി ഉദ്ധരിക്കാനാവില്ല. സാഹചര്യത്തെളിവുകൾ മാത്രമേ ആശ്രയിക്കാനുള്ളൂ.

മേൽ ഖണ്ഡികയിൽ ഉദ്ധരിച്ച ആദിവാസി വൃദ്ധന്റെ വാക്കുകളുടെ പൊരുൾ അപഗ്രഥിച്ചാൽ ഈ ഉത്തരമേ ലഭ്യമാവുന്നുള്ളൂ. ഇതൊരു ചരിത്രമാണെന്ന് ധരിക്കരുത്. പക്ഷേ ഗവേഷണങ്ങളിലൂടെ യഥാർത്ഥ വസ്തുതകളിലേക്ക് എത്താൻ ഈ കുറിപ്പുകൾ സഹായകരമായേക്കും.

നാട്ടുകൂട്ടം

ചിലപ്പോഴൊക്കെ അവരൊത്തുകൂടും. കാര്യമായ തൊഴിലൊന്നുമില്ലാതെ കുറെ മധ്യവയസ്സ് കഴിഞ്ഞവർ. കണ്ണവം ബസാറിൽ വരിക്കോളി മമ്മതിക്കാന്റെ പലചരക്ക് കടയാണ് താവളം. ഒരു പഴയ ബഞ്ചും വട്ടത്തിലുള്ള സ്റ്റൂളും സോഫയുടെ ആകൃതിയിൽ പരേതനായ കിട്ടൻ മേസ്ത്രി (കൃഷ്ണനെന്നാണ് യഥാർത്ഥ നാമം.) നിർമ്മിച്ചുകൊടുത്ത സിമന്റ് തെണയും ഇത്രയും ആണ് ഇരിപ്പിടങ്ങൾ. രാവിലെ മാത്രമുള്ള ചായക്കച്ചവടം കഴിഞ്ഞാൽ മണപ്പാട്ടി അച്ചുതേട്ടനും ഹോട്ടൽ മുതലാളിയും കണ്ണവം ശ്രീനാരായണ മഠത്തിലെ പരികർമ്മിയുമായ എളേപ്പൻ കുഞ്ഞൂട്ടി ഏട്ടനും ഇടവേളകളിൽ അവർക്കൊപ്പമുണ്ടാകും. പിന്നെ പഴം പുരാണങ്ങളുടെ പ്രവാഹമായിരിക്കും. സ്ഥിരമായി മെമ്പർഷിപ്പുള്ളവർ ഞാലിൽ അഹ്മദ്ക്ക, ശിവോതി അന്ത്രൂക്ക, തോട്ടുമ്മോത്ത് അബൂക്ക, കക്കറ മമ്മദ്ക്ക എന്നിവരാണ്. സംസാരത്തിനിടയിൽ പച്ചടക്കയുടെ തോട് ചെത്തിയിടുക, കുരുമുളക് വള്ളി കെട്ടാനുപയോഗിക്കുന്ന കവുള്ളനാരു ചീന്തിവെക്കുക എന്നീ ചെറിയ ജോലിയും ഉണ്ടാവാറുണ്ട്. ഉണങ്ങിയ കൊട്ടടക്ക തോട് പൊളിക്കുന്ന ജോലിയും ഇതിനിടയിൽ ഉണ്ടാവും.

പടിഞ്ഞാറിടത്തിൽ കുഞ്ഞുകുട്യാലിക്ക, ഇംഗ്ലീഷ് അബൂക്ക തുടങ്ങിയ വി.ഐ.പികളും ഈ സദസ്സിനെ അലങ്കരിക്കാറുണ്ട്. കുഞ്ഞുകുട്യാലിക്ക ഒരു നാടൻ അസ്ഥിരോഗ വിദഗ്ദൻ കൂടിയാണ്. അദ്ദേഹം കളരി അഭ്യാസിയും മർമ്മ ചികിത്സകനുമാണെന്ന് കേട്ടിട്ടുണ്ട്. പ്രതിഫലം ഒന്നും വാങ്ങാത്ത ചികിത്സയാണ്. അതുകൊണ്ടു തന്നെ എല്ലാവരും ബഹുമാനിക്കുന്ന വ്യക്തിത്വവുമാണ്. കഥ പറയാനുള്ള അദ്ദേഹത്തിന്റെ കഴിവ് പ്രശംസനീയം തന്നെ. നിറയെ അന്നത്തെ മുതലാളിമാരായ എ കെ. കുഞ്ഞമ്മായിൻ ഹാജിയുടെയും പാറപ്പുറം മൊയ്തുഹാജിയുടെയും വീരകഥകളായിരിക്കും. ഇരിക്കൂർ സ്വദേശി കായിം മൊതലാളിയും ആ കഥകളിൽ പൊങ്ങി വരാറുണ്ട്. പഴയകാലത്തെ ജന്മിത്തവും ആഢ്യത്തവും ഈ കഥാകഥനത്തിൽ തെളിഞ്ഞുവരും. പാറപ്പുറം മൊയ്തു

ഹാജിയുടെ അയ്യംകുന്ന് മലയും അദ്ദേഹത്തിന്റെ കുടിയാന്മാരുടെ അർപ്പ ണമനോഭാവവും മറ്റും ഞാൻ പരിചയപ്പെടുന്നത് കുഞ്ഞുകുട്യാലിക്ക യുടെ കഥകളിലൂടെയാണ്. വളരെ പതുക്കെ സംസാരിക്കുന്ന മെലിഞ്ഞു ണങ്ങിയ പഴയകാലത്തെ ഇസ്തിരിതൊപ്പി തലയിൽവെച്ച ആ വലിയ മനുഷ്യന്റെ ചിത്രം ഇപ്പോഴും എന്റെ മനോമുകുരത്തിൽ തെളിഞ്ഞുവ രുന്നു. കുഞ്ഞുകുട്യാലിക്ക അക്കാലത്തെ ഒരു കമ്മ്യൂണിസ്റ്റ് പാർട്ടി അനു ഭാവി കൂടിയാണ്. സ. ഇ.എം.എസ് നമ്പൂതിരിപ്പാട് അദ്ദേഹത്തിന്റെ ഒളിവ് ജീവിതകാലത്ത് കണ്ണവം സന്ദർശിച്ച കാര്യവും നേതാവിനെ മനസ്സി ലാക്കി അദ്ദേഹത്തിന് ചായയും പലഹാരവും മറ്റാർക്കും മനസ്സിലാവാത്ത വിധം ചായക്കടക്കാരൻ മുഖേന എത്തിച്ചു കൊടുത്ത ചരിത്രവും മറ്റും അദ്ദേഹം വിവരിച്ചപ്പോൾ കേൾവിക്കാർ അത്ഭുത സ്തബ്ധരായി.

അടുത്ത കഥാപാത്രം ഇംഗ്ലീഷ് അബൂക്കയാണ്. ആരും ബഹുമാ നിച്ചു പോകുന്ന തലയെടുപ്പും യൂറോപ്യൻ വേഷവിധാനങ്ങളും, ചട്ടി ത്തൊപ്പിയും, ആറടിയിൽ മേലെ പൊക്കവും അതിനൊത്ത തടിയും, ഹിറ്റ്ലർ മോഡൽ മീശയും വായിൽ നിറയെ കടുകട്ടിയായ ഇംഗ്ലീഷ് (സ്പോക്കൺ ഇംഗ്ലീഷ്) ഭാഷയും. ഇതെല്ലാം ചേർന്നാൽ ഇംഗ്ലീഷ് അബൂക്കയായി. ആറാം ക്ലാസ് വിദ്യാർത്ഥിയായ എന്നെ കണ്ടാലും സംസാരം ആംഗലേയ ഭാഷയിലായിരിക്കും. അതുകൊണ്ട് കൂടുത ലൊന്നും അദ്ദേഹത്തിന്റെ മുന്നിൽചെന്ന് പെടാറില്ല. കണ്ണവം ബസാ റിൽ അന്ന് കുറച്ച് കടകളേ ഉണ്ടായിരുന്നുള്ളൂ. എളേപ്പൻ കുഞ്ഞൂട്ടിയേ ട്ടന്റെ ഹോട്ടൽ, മണപ്പാട്ടി അച്ചുതനേട്ടന്റെ ചായക്കട. ഇവ രണ്ടും കിഴക്ക് പാലത്തിന്റെ സമീപം റോഡിന്റെ ഇരുവശത്തും സ്ഥിതിചെയ്യുന്നു. വരി ക്കോളി മമ്മദ്ക്കയുടെ കടയുടെ തൊട്ടടുത്ത് എം.കെ. കുഞ്ഞിമൂസക്ക യുടെ തുണിക്കടയും തൊട്ടടുത്ത് എം.കെ. കുഞ്ഞബ്ദുള്ളക്കയുടെ ചായ മക്കാനിയും സ്ഥിതി ചെയ്യുന്നു. പിന്നെയുള്ളത് കിഴുവന കുഞ്ഞുകു ട്യാലിക്കയുടെ പള്ളിക്ക് സമീപമുള്ള പലചരക്ക് കടയാണ്. കുണ്ടങ്കൊ ളോൻ അബൂക്കയുടെ പള്ളിസ്ഥലത്തുള്ള കട്ടപ്പീടികയും അദ്ദേഹ ത്തിന്റെ പലവക കച്ചവടവും വിസ്മരിക്കുന്നില്ല. വാഴയില മുതൽ നാട്ടിൽ ലഭിക്കുന്ന ഏത് ഉൽപന്നവും അബൂക്ക ശേഖരിച്ച് തലശ്ശേരിയിൽ എത്തി ക്കും. അന്ന് കോളയാട് എം.ആർ.എസ് ബസിലാണ് സ്ഥിരം യാത്ര. തലശ്ശേരിയിൽ ചെന്നാൽ അബൂക്ക എല്ലാ വിഭവങ്ങളും വിറ്റ് കിട്ടിയ കാശിന് ഭാര്യക്കും മക്കൾക്കും തിന്നാനുള്ള സർവ്വ വഹകളും വാങ്ങിയേ തിരിച്ചുവരൂ. അക്കാലത്ത് സ്ഥിരമായി ബിരിയാണി കഴിക്കുകയും മക്കളെ തീറ്റുകയും ചെയ്യുന്ന വ്യക്തി എന്ന നിലയിൽ അദ്ദേഹം ഒരു സംഭവം തന്നെ!! ഒരു സമ്പാദ്യവും ആഗ്രഹിക്കാത്ത ആരോടു പകയില്ലാത്ത ഒച്ച

വെച്ച് സംസാരിക്കുന്ന പാവം മനുഷ്യൻ. ചിലപ്പോൾ അദ്ദേഹം മത്സ്യക്കച്ചോടവും ചെയ്യാറുണ്ട്. കണ്ണവത്ത് സ്ഥിരമായി മീൻ കച്ചോടം ചെയ്തിരുന്നത് കുണ്ടങ്കോളാൻ മമ്മദ്ക്കയാണ്. തടിച്ച ശരീര പ്രകൃതിയുള്ള അദ്ദേഹത്തെ ഞങ്ങൾ കുട്ടികൾ ജൽബൽ മമ്മദ്ക്ക എന്ന് വിളിക്കാറുണ്ട്. മൂപ്പര് ബർമ്മയിൽ പോയിട്ടുണ്ട്. ബർമ്മയിലെ വീരകഥകൾ ചിലപ്പോഴൊക്കെ (വിശേഷിച്ച് കല്യാണവീട്ടിൽ പൊറോട്ട ഉണ്ടാക്കി കൊടുക്കുമ്പോൾ) തട്ടി വിടാറുണ്ട്. പള്ളിക്ക് മുൻവശം എ.ടി.മമ്മദ്ക്കാന്റെ സ്റ്റേഷനറി കടയാണ്. കൂടാതെ വാടക സൈക്കിൾ കടയും കൂടിയാണത്. അദ്ദേഹത്തിന്റെ കൈയിൽ എല്ലാ ഉപകരണങ്ങളും ഉണ്ടാവും. പെട്രോമാക്സ് റിപ്പേർ, ടോർച്ച് ലൈറ്റ് റിപ്പേർ എന്ന് വേണ്ട സർവ്വ അറ്റകുറ്റ പണികളും മമ്മദ്ക്ക ചെയ്യും. ബസാറിന്റെ പടിഞ്ഞാറെ അറ്റത്ത് കുഞ്ഞിക്കണ്ണൻ വൈദ്യരുടെ തറിമരുന്നുശാലയാണ്. മറ്റൊരു വൈദ്യശാല കൂടിയുണ്ട്. ചാത്തു വൈദ്യരുടെ പേരില്ലാത്ത വൈദ്യശാലയും എം.പി. കുഞ്ഞിമൂസക്കയുടെ സ്റ്റേഷനറിക്കടയും തൊട്ടടുത്ത് തന്നെയാണ്. രണ്ട് കടകളുടെയും ഇടയിൽ വരാന്തയിൽ ചതുരംഗം കളിക്കുന്ന കളം വരച്ചു വച്ചിട്ടുണ്ടാവും. കളിയിലുള്ള ഭ്രമം കാരണം നാട്ടുകാർക്ക് അപൂർവ്വമായേ ഇവരുടെ സേവനം ലഭിക്കാറുള്ളൂ. കളിയിൽ ലയിച്ചിരുന്ന ഇവരിൽ ആരെങ്കിലും ചാടി എഴുന്നേറ്റ് ഇഷ്ടരശി അടിയറവ് എന്ന് പറയുമ്പോൾ വെട്ടിവെച്ച രശി അടിയറവ് എന്നൊരു അട്ടഹാസവും ഉടനെ പ്രതീക്ഷിക്കാം. എല്ലാം ഓർക്കുമ്പോൾ നല്ല തമാശ തോന്നുന്നു. നല്ലവരായ ഈ കഥാപാത്രങ്ങളെല്ലാം കാലയവനികക്ക് പിന്നിലായി. എല്ലാവർക്കും നിത്യശാന്തി നേർന്നുകൊണ്ട് ഈ അദ്ധ്യായം ഇവിടെ അവസാനിക്കുന്നു.

ഗ്രാമത്തിന്റെ നേർചിത്രം

കൊയ്ത്ത് കഴിഞ്ഞാൽ പിന്നെ കണ്ണവം മൈതാനി മുതൽ പുത്തൻപുര തറവാടിന്റെ കീഴ്ഭാഗത്തെ തോടുവരെ നീണ്ടു കിടക്കുന്ന നെൽപാടം ഞങ്ങൾ പിള്ളേരുടെ സ്വന്തം ജന്മവും കൈവശവുമാകുന്നു. ആട്ടക്കളി, തലപ്പന്ത് കളി, ചടുകുടു തുടങ്ങിയ കളികളുമായി കാലത്ത് മുതൽ വൈകുന്നേരം വരെ കുട്ടികൾ ആർത്തുല്ലസിക്കുന്ന നെൽപാടം ഒരാഴ്ചക്കുള്ളിൽ തരിശുഭൂമിയായി മാറും. നെൽ ചെടിയുടെ തണ്ട് കൊണ്ടുണ്ടാക്കുന്ന പീപ്പി ഒരാകർഷണ വസ്തുവാണ്. നെല്ല് കൊയ്തെടുത്ത ശേഷം നനവുള്ള മണ്ണിൽ സർക്കസ് അഭ്യാസികളെപ്പോലെ തല കുത്തി മറിയലും ചളിയും മണ്ണും കൊണ്ട് മൂടിപ്പോയ ശരീരവുമായി ഓടി അടുത്തുള്ള പുഴയിൽ ചാടി നീന്തിത്തുടിക്കലും എന്നും ഓർമ്മിക്കാനുള്ള മധുരസ്മരണകളാണ്. പ്രകൃതിയോടിണങ്ങി ചേർന്ന ആ ബാല്യം ഇന്നത്തെ തലമുറക്ക് ചിന്തിക്കാൻ പോലുമാവില്ല. ഒന്ന് ഇരുന്നാലോചിച്ചാൽ എന്റെ തലമുറ ഭാഗ്യം ചെയ്തവരാണ്. വിരൽതുമ്പിൽ ലോകം മുഴുവൻ ദർശിക്കാനാവുന്ന ഡിജിറ്റൽ യുഗത്തിന്റെ സൗകര്യങ്ങളും പുകവമിക്കുന്ന മണ്ണെണ്ണ വിളക്കിന്റെ വെട്ടത്തിൽ പൊതുപരീക്ഷയ്ക്ക് തയ്യാറെടുപ്പ് നടത്തിയ കഷ്ടപ്പാടുകളും നേരിട്ടനുഭവിച്ചവരാണ് ഞങ്ങൾ. ഇന്നവിടെ വയലില്ല-പുത്തൻപുര തറവാടിന്റെ താഴ്ഭാഗത്തുള്ള തോടില്ല- വയലും മൈതാനവും വേർതിരിക്കുന്ന ഇടവഴിയും ചെറിയ തോടുമില്ല- ഞങ്ങൾ കളിച്ചു തിമിർത്ത വയലും, വയലിൽ മേഞ്ഞു നടന്ന പശുക്കളും മൂരിക്കുട്ടന്മാരും കാലികളുടെ ചെവിയിൽ കിന്നാരം പറയുന്ന മൈനകളും തോട്ടിൽ നീന്തിക്കുടിക്കുന്ന പരലുകളും, പുളഞ്ഞു കളിക്കുന്ന നീർക്കോലികളും പോക്കാച്ചിത്തവളകളും അവരെ പച്ചോല ഈർക്കിലിൽ കുരുക്കി കീ-കീ-കീ എന്ന് കരയിക്കുന്ന വികൃതി പിള്ളേരും ഭാവനയുടെ കണ്ണിലൂടെ മാത്രമേ കാണാനാവൂ.

ഈ വയലിന്റെ ചുറ്റപാടും വീട് വെച്ച് താമസിച്ചിരുന്നത് പഴയ തറവാടുകാരും അവരുടെ താവഴിക്കാരുമാണ്. അതിന്റെ വടക്ക് പടിഞ്ഞാറെ മൂലയിൽ അണ്ടത്തോടൻ തറവാട് വീട്, തൊട്ടടുത്ത പഴംമ്പള്ളി ഞാലിൽ

വീട്, തെക്ക് ഭാഗത്ത് പുത്തൻപുര വീട്, അതിനടുത്ത് പുത്തമ്പുര മമ്മുക്കയുടെ വീട്, മൈതാനത്തെ അഭിമുഖീകരിച്ച് കിഴക്ക് ഭാഗത്ത് പരേതനായ തോട്ടത്തിൽ അസ്സുക്കാന്റെ കുടുംബവീട്. ഇത്രയുമായാൽ ചിത്രം ഏകദേശം പൂർണ്ണമായി- വയലിന്റെ വടക്ക് കിഴക്ക് ഭാഗത്തായി മൂര്യാട്ടുപീടികയിൽ കുഞ്ഞാമിന എന്നിവരുടെ കൈവശ സ്ഥലത്ത് കണ്ണവം മാപ്പിളസ്കൂളും മമ്മുസീതിയുടെ ഓത്തുപള്ളിക്കൂടവും പ്രവർത്തിച്ചിരുന്നു. അക്കാലത്ത് പൗരപ്രമുഖനും ധനാഢ്യനുമായ അണ്ടത്തോടൻ മമ്മുക്ക തറവാട്ടിൽ നിന്നു പിരിഞ്ഞു ഈ വയലിന്റെ തെക്ക് പടിഞ്ഞാറായി പ്രത്യേകം വീട് വച്ച് താമസിക്കുന്നുണ്ടായിരുന്നു. മൈതാനത്തോട് ചേർന്ന് കിടക്കുന്ന വയലിന്റെ ഒരു ഭാഗം അണ്ടത്തോടൻ മമ്മൂക്കയുടെ കൈവശമുണ്ടായിരുന്നുവെങ്കിലും അദ്ദേഹം പിന്നീട് അത് സ്കൂൾ മാനേജർക്ക് വിറ്റു. കണ്ണവം മാപ്പിള സ്കൂൾ യു പി. സ്കൂളായി വളർന്നപ്പോൾ ആവശ്യമുള്ളത്ര കെട്ടിടങ്ങൾ നിർമ്മിക്കാൻ ഈ വയൽ പ്രദേശം ഉപയോഗപ്പെടുത്തി.

കണ്ണവത്തിന്റെ പഴയ ചരിത്രത്തിൽ ഓർമ്മിക്കപ്പെടേണ്ട മഹത് വ്യക്തികളിൽ ഒരാൾ പുത്തമ്പുര മമ്മൂക്കയാണ്. അദ്ദേഹം പാഠശാലകളിലൊന്നും പഠിക്കാതെ സ്വയം അക്ഷരാഭ്യാസം നേടുകയും അത് മറ്റുള്ളവരുടെ സേവനത്തിന് ഉപയോഗിക്കുകയും ചെയ്ത വ്യക്തിയാണ്. അന്ന് താലൂക്കിലേക്കും മറ്റുമുള്ള അപേക്ഷകളും ഹർജികളും തയ്യാറാക്കി കൊടുക്കുന്നതും കത്തുകൾക്ക് ഇംഗ്ലീഷ് ഭാഷയിൽ അഡ്രസ് എഴുതുന്നതും സ്കൂളിൽ പഠിക്കാത്ത മമ്മൂക്കയാണ്. ഇനി ഇവിടെ സ്മരിക്കപ്പെടേണ്ട മറ്റൊരു വ്യക്തിയാണ് കരിപ്പായി കുഞ്ഞമ്പുവേട്ടൻ. അദ്ദേഹം അക്കാലത്ത് റേഷൻ കട നടത്തിയിരുന്നുവത്രേ. മറ്റൊരു കുടുംബം കണ്ട്യൻ അച്ചുവേട്ടന്റേതാണ്. പാലക്കണ്ടി കുടുംബവും സ്മരിക്കപ്പെടേണ്ടതാണ്. ആ കുടുംബത്തിൽ പെട്ട ശ്രീ രാഘവേട്ടൻ കണ്ണവം സ്കൂളിന്റെ പ്രവർത്തനങ്ങളിൽ ഒരു നാഴികക്കല്ല് എന്ന നിലയിൽ സേവനം നടത്തിയ വ്യക്തിയാണ്. അദ്ദേഹം വളരെക്കാലം സ്കൂളിൽ ജീവനക്കാരനായി സേവനമനുഷ്ഠിച്ചിട്ടുണ്ട്. ഇവരുടെയെല്ലാം പിൻമുറക്കാർ ഇന്ന് കണ്ണവത്ത് വ്യാപിച്ചു കിടക്കുന്നുണ്ട്.

എന്റെ ചെറുപ്പകാലത്ത് ഭൂരിഭാഗവും ഓലപ്പുരകളായിരുന്നു. എല്ലാ വർഷവും കെട്ടിമേയണം. പൊരകെട്ടിപ്പുതക്കുക എന്നാണ് അതിന് പറയുന്ന പേര്. ആ പണിയിൽ എല്ലാവരും പരസ്പരം സഹായിക്കും. ഉച്ചക്ക് കഞ്ഞിയും പുഴുക്കും ഉണ്ടാവും. മണ്ണിൽ ചെറിയ കുഴിയുണ്ടാക്കി വാഴയില വെച്ച് അതിൽ കഞ്ഞി ഒഴിക്കും. പ്ലാവിലകോട്ടിയെടുത്തു തവി

പോലെ ഉപയോഗിച്ച് കോരിക്കുടിക്കും. കൂടെ ചക്ക പുഴുക്കോ, കപ്പ പുഴുക്കോ ഉണ്ടാവും. കൊണ്ടും കൊടുത്തും ജനങ്ങൾ ജാതിമതഭേദ മന്യേ ജീവിച്ചിരുന്ന നല്ല കാലം. എല്ലാ വഴക്ക് വക്കാണങ്ങളും നാട്ടു മുഖ്യസ്ഥന്മാരുടെ മുമ്പിലെത്തിയാൽ പരിഹാരമാകും. സൗഹൃദം പങ്കു വെച്ചു പിരിയും.

അക്കാലത്തും രാഷ്ട്രീയപ്രവർത്തനം ഉണ്ട്. വീറും വാശിയുമുണ്ട്. പക്ഷേ അത് തിരഞ്ഞെടുപ്പു കാലത്ത് മാത്രം. അയ്യോന്റപ്പാ തോറ്റപ്പാ! പട്ടർ കിട്ടൻ തോറ്റപ്പാ!! എന്നോ താറിട്ട റോഡ് നുകം വെച്ച കാള, കെ. കെ. പോക്കർ തെളീ, തെളി!! എന്നുള്ള തമാശ കലർന്ന മുദ്രാവാക്യ ങ്ങളും പാരഡികളും മുഴങ്ങാറുണ്ടെങ്കിലും പട്ടർ കിട്ടൻ (വി.ആർ കൃഷ്ണ യ്യർ) തോറ്റു എന്ന് കളിയാക്കിയത് കൊണ്ട് കമ്മ്യൂണിസ്റ്റ്കാരൻ ഒരു കോൺഗ്രസ്സുകാരനെയും കെ. കെ. പോക്കറെ കളിയാക്കിയത്കൊണ്ട് ഒരു കമ്മ്യൂണിസ്റ്റുകാരനെയും പരസ്പരം വെട്ടിപ്പരിക്കേൽപ്പിക്കുകയോ ബോംബെറിഞ്ഞു കൊല്ലുകയോ ചെയ്തിട്ടില്ല.

ശാന്തിയും സമാധാനവു ഉണ്ടായിരുന്ന ആ നല്ല കാലം ഇനി എന്നെ ങ്കിലും തിരിച്ചുവരുമോ?

ഓർമ്മകളുടെ ലോകത്തിൽ

പ്രായാധിക്യത്തിന്റെ അവശതകളും രോഗപീഢയും കാരണം പുറത്തിറങ്ങാനാവാതെ വീട്ടിൽ തന്നെ കഴിയുന്ന രണ്ടു മഹൽവ്യക്തികളെ ഞാനിന്നലെ സന്ദർശിച്ചു. അവരിലൊരാൾ കണ്ണവം യു.പി. സ്കൂളിൽ ദീർഘകാലം അദ്ധ്യേപകേതര ജീവനക്കാരനായി സേവനമനുഷ്ഠിച്ച കെ. പി രാഘവേട്ടനായിരുന്നു. ഞാൻ പ്രൈമറി ക്ലാസ്സിൽ പഠിക്കുമ്പോൾ തന്നെ അദ്ദേഹം സ്കൂളിലുണ്ട്. അമേരിക്കൻ പ്രസിഡന്റായിരുന്ന ജോൺ എഫ് കെന്നഡിയും നമ്മുടെ പ്രിയപ്പെട്ട പ്രധാനമന്ത്രി ജവഹർലാൽ നെഹ്റുവും തമ്മിൽ ഒപ്പിട്ട സൗഹൃദ ഉടമ്പടി പ്രകാരം പിഎൽ48- പദ്ധതിയിൽ സ്കൂൾ കുട്ടികൾക്കുള്ള പാൽപൊടി വിതരണം ഉണ്ടായിരുന്നു. ഗ്രാമപ്രദേശത്തെ സ്കൂൾ വിദ്യാർത്ഥികളുടെ പോഷകാഹാരക്കുറവ് പരിഹരിക്കാൻ വേണ്ടിയാണത്. പാൽപൊടി വെള്ളത്തിൽ കലക്കി തിളപ്പിച്ചാണ് വിതരണം ചെയ്തിരുന്നത് രാഘവേട്ടനായിരുന്നു. അതിന് പ്രത്യേക വേതനം ഒന്നും ഉണ്ടാവില്ല. സൗജന്യ സേവനമായി ചെയ്യുന്നു എന്ന് മാത്രം. ദാരിദ്ര്യം കൊടികുത്തി വാഴുന്ന ആ കാലം വിദ്യാർത്ഥികൾ ഈ പാൽ വിതരണസമയവും കാത്ത് ക്ലാസ്സിലിരിക്കും. ഉച്ച ഭക്ഷണത്തിനുള്ള ബെല്ലടി മുഴങ്ങിയാൽ പിന്നെ ഒരൊറ്റ ഓട്ടമാണ്. വരിവരിയായി നിന്ന് വീട്ടിൽ നിന്ന് കൊണ്ടുവന്ന ഓട്ടുപാത്രവുമായി പാൽ വാങ്ങി ചെറു ചൂടോടെ മോന്തി കുടിക്കും. വീട്ടിൽ കറവ പശുക്കളുണ്ടായിരുന്നെങ്കിലും പാൽ വാങ്ങാൻ ഞാനും ഉണ്ടാവും. പശുവിൻ പാലിനേക്കാൾ എനിക്കിഷ്ടം പാൽപൊടിയുടെ ആ വിശിഷ്ട പാനീയം ആയിരുന്നു.

അക്കാലത്തെ സാധാരണക്കാരുടെ ജീവിതം കഷ്ടപ്പാടു നിറഞ്ഞതായിരുന്നു. ഉണ്ണാനും ഉടുക്കാനും ഇല്ലാത്ത പരമ ദരിദ്രരാണ് ഭൂരിഭാഗവും. വയലും കൃഷിയും ഉള്ളവർക്ക് ഭക്ഷണത്തിന് ബുദ്ധിമുട്ടുണ്ടാവില്ല. എന്നാലും മറ്റുള്ള വകകൾക്ക് വേണ്ട കാശ് കൈയിലുണ്ടാവില്ല. എന്റെ കുടുംബത്തിന് നെൽകൃഷിയില്ല. തെങ്ങ്, കമുങ്ങ്, കുരുമുളക് എന്നിവയിൽ നിന്നുള്ള വരുമാനത്തെ ആശ്രയിച്ചാണ് ജീവിച്ചത്. ആ ഉൽപന്നങ്ങൾക്ക് വിപണിയിൽ വലിയ വിലയൊന്നും ഉണ്ടാവാറില്ല. വർഷ

ത്തിൽ ഒരു ജോഡി വസ്ത്രം കിട്ടിയാൽ അതൊരു വൻനേട്ടമായി കരുതാം. സ്കൂൾ വിദ്യാർത്ഥികൾക്ക് വള്ളി നിക്കർ മാത്രമേ ഉണ്ടാവുള്ളൂ. സാമ്പത്തികമായി അല്പം ഭേദപ്പെട്ട വീട്ടിലെ കുട്ടിയാണെങ്കിൽ കുപ്പായം ഉണ്ടാവും. വല്ലപ്പോഴും കിട്ടുന്ന കൂലിപ്പണി ആശ്രയിച്ച് ജീവിക്കുന്നവരുടെ വീടുകളിൽ അർദ്ധപട്ടിണി തന്നെ. വ്യവസ്ഥാപിതമായ ഒരു റേഷൻ സമ്പ്രദായം അന്നുണ്ടായിരുന്നില്ല. വല്ലതും കിട്ടിയെങ്കിൽ കിട്ടി അത്ര തന്നെ. അരി മാർക്കറ്റിൽ സുലഭമല്ല. വെള്ളക്കാരൻ ചവച്ചരച്ച് ചണ്ടിയാക്കിയ സമ്പദ് വ്യവസ്ഥ ഭക്ഷ്യോൽപാദനം നന്നേ കുറവ്. ഭക്ഷ്യ വസ്തുക്കൾ ഇറക്കുമതി ചെയ്യണം. സഖാവ് ഇ.എം.എസിന്റെ ആദ്യത്തെ മന്ത്രി സഭ അധികാരത്തിൽ വന്ന് അധികകാലം കഴിയുന്നതിന് മുൻപേ പ്രതിപക്ഷം വിളിച്ച മുദ്രാവാക്യം അരിയെവിടെ, തുണിയെവിടെ പറയൂ പറയൂ നമ്പൂതിരി എന്നായിരുന്നു. നമ്മുടെ നാടിന്റെ അന്നത്തെ അവസ്ഥ. ഈ മുദ്രാവാക്യം വിളിയിൽ നിന്ന് തന്നെ വ്യക്തമാവും. മണ്ണെണ്ണ വിളക്കിന്റെ പ്രകാശത്തിലാണ് ഞങ്ങൾ വിദ്യാർത്ഥികൾ ഇരുന്നു പഠിച്ചിരുന്നത്. ഇല്ലായ്മയും വല്ലായ്മയും തന്നെ എല്ലാ കാര്യങ്ങളിലും. വീട്ടിൽ മേശ, കസേര എന്നിവയൊന്നും ഉണ്ടാവില്ല. നിലത്ത് പായ വിരിച്ച് അതിൽ ഇരുന്നുവേണം പഠിക്കാൻ. പുക തുപ്പുന്ന പാട്ടവിളക്കിന്റെ വെളിച്ചത്തിൽ കിടക്കപ്പായിൽ നെഞ്ചോട് ചേർത്ത് തലയണ വെച്ച് കമിഴ്ന്നു കിടന്നാണ് ഞാൻ എസ്.എസ്.എൽ.സി. പരീക്ഷയ്ക്ക് പഠിച്ചത്. യൂനിഫോമിന്റെ പരുക്കൻ പരുത്തിതുണി കഴുകിയിട്ടാൽ മഴക്കാലത്ത് ഉണങ്ങില്ല. പഴയ കിണ്ണത്തിൽ ചിരട്ടക്കരിയിട്ട് അത് കൊണ്ടുരസി കുപ്പായം ഉണക്കിയെടുത്ത അനുഭവം ഉണ്ടെനിക്ക്. മഴക്കാലത്ത് വിദ്യാർത്ഥികൾക്ക് കുടയുണ്ടാവില്ല. മഴ നനയാതിരിക്കാൻ വാഴയിലയോ, ചേമ്പുംതണ്ടോ ചൂടി കൊണ്ടാണ് കുട്ടികൾ സ്കൂളിലെത്തിയിരുന്നത്. മിഥുനം കർക്കിടകം മാസങ്ങളിലെ കോരിച്ചൊരിയുന്ന മഴക്കാലം സ്കൂളിൽ വിശേഷിച്ച് ചെറിയ ക്ലാസ്സുകളിൽ ഹാജർ നില തീരെ കുറവായിരിക്കും. എടയാർ കൂടൽ ഭാഗത്തുനിന്ന് വരുന്നവരുടെ കയ്യിൽ ഓലക്കുടകളുണ്ടാവും. നിരത്തിയിട്ട ബഞ്ചിന്റെ പിറകിലായിരിക്കും അവ സൂക്ഷിക്കുക. അരിയുടെ ക്ഷാമം ചോളം, ചാമ, മുത്താറി എന്നിവ കൊണ്ടു പരിഹരിക്കാൻ പഠിച്ചു. കപ്പയും പാവങ്ങളുടെ രക്ഷക്കെത്തി. മലബാറിലെ കുടിയേറ്റ മേഖലയിൽ കപ്പ കൃഷി വ്യാപകമായി. ഉണക്കി പൊടിച്ച കപ്പയിൽ നിന്ന് മക്രാണി എന്ന ഒരു ഉൽപന്നം തന്നെ വിപണിയിൽ ഉണ്ടായിരുന്നു. കാലം മാറി കഥമാറി. പഞ്ചവത്സരപദ്ധതികൾ നമ്മുടെ നാട്ടിന്റെ മുഖച്ഛായ തന്നെ മാറ്റി. കാർഷിക വിപ്ലവവും ധവളവിപ്ലവവും അരങ്ങേറി. ഭക്ഷ്യ

വിഭവങ്ങളിൽ നാം സ്വയം പര്യാപ്തത നേടി എന്ന് മാത്രമല്ല വിദേശ ത്തേക്ക് കയറ്റുമതി ചെയ്യാൻ പോലും സാധ്യമായി. ഇന്ന് സുഭിക്ഷ കേരളത്തിലാണ് ആധുനിക സമൂഹം ജീവിച്ചുകൊണ്ടിരിക്കുന്നത്. ആപ്പി ളിന്റെ സ്മാർട്ട് ഫോണിൽ ചുണ്ണാമ്പ് തേക്കുന്നത് പോലെ തേച്ച് കൊണ്ട് വലത് കൈയിൽ ഷവർമ്മയും ബർഗറും ചിക്കൻറോളും ഷാർജ ഷെയ്ക്കിനോടൊപ്പം നുണയുന്ന ആധുനിക യുവത്വം മേൽഖണ്ഡിക യിലെ നഗ്ന യാഥാർത്ഥ്യം ഉൾക്കൊള്ളുമെന്ന് കരുതാനാവില്ല. ദാരിദ്ര്യവും കഷ്ടതകളുമുണ്ടെങ്കിലും പൂർവ്വികർ അനുഭവിച്ച ഒരു സുഖമുണ്ട്. ശാന്തി യുടേയും സമാധാനത്തിന്റെയും പരസ്പര സ്നേഹത്തിന്റെയും കരു ണയുടേയും ഒരു പറുദീസ. അവർ അത് വേണ്ടുവോളം ആസ്വദിച്ചു ജീവിച്ചു. ആ മനസ്സുഖം ഇന്ന് ജീവിക്കുന്നവർക്കുണ്ടോ എന്ന് ഒരാത്മപ രിശോധന നടത്തിയാൽ ഉത്തരം ഒന്നേ ഉള്ളൂ. അതൊരിക്കലും ഇല്ല. നാം മൺമറഞ്ഞുപോയ ആ ഭാഗ്യവാന്മാരെ ഓർത്ത് അസൂയപ്പെടും.

നന്മകളാൽ സമൃദ്ധം

വാർദ്ധക്യം തളർത്തിയ ശരീരവുമായി വീട്ടിൽ ഒതുങ്ങി കഴിയുന്ന യൂസഫ്ക്കയെയും ഒന്ന് സന്ദർശിക്കണമെന്ന് തോന്നി. നാമത്ത് കച്ചേരി യൂസഫ് എന്നാണ് മുഴുവൻ പേര്. കച്ചേരിന്റവിട എന്നത് വീട്ടുപേരാണ്. ഗ്രാമത്തിൽ നടക്കുന്ന പൊതുപരിപാടികളിലും മരണവീടുകളിലുമെല്ലാം യൂസഫ്ക്കയും ജേഷ്ഠസഹോദരൻ അബൂബക്കർക്കയും സേവന നിരതരായി ഓടി നടക്കുന്നത് കാണാം. ആർക്ക് വേണമെങ്കിലും ഏത് രൂപത്തിൽ പെട്ടാലും ശരീരം കൊണ്ടു ചെയ്യാവുന്ന എന്ത് സേവനവും അവരിൽ നിന്ന് പ്രതീക്ഷിക്കാവുന്നതാണ്.

ഇന്നത്തെ വില്ലേജ് ആഫീസിന് സമീപമാണ് കച്ചേരിന്റവിട എന്ന സ്ഥലനാമമുള്ള പ്രദേശം. അംശ കച്ചേരി പ്രവർത്തിച്ച സ്ഥലമായത് കൊണ്ടാവാം ആ പേരിൽ അറിയപ്പെടുന്നത്. ഉറുദു ഭാഷയിൽ കച്ചേരിക്ക് അധികാര സ്ഥാനം എന്ന് അർത്ഥമുണ്ട്. റവന്യൂ രേഖകളിൽ അംശം ഒരു വില്ലേജിനെ കുറിക്കുന്നു. പണ്ടുകാലത്ത് അംശത്തിന്റെ അധിപൻ അധികാരി അംശം അധികാരിയാണ്. ഇന്നത്തെ വില്ലേജ് ഓഫീസർ. അധികാരിയുടെ പ്രവർത്തന കേന്ദ്രത്തെ അംശകച്ചേരി എന്ന് വിളിക്കാറുണ്ടത്രേ. അധികാരിക്ക് വിപുലമായ അധികാരങ്ങൾ ഉണ്ടായിരുന്നു. ചെറിയ ക്രിമിനൽ കുറ്റങ്ങൾ വിചാരണ ചെയ്ത് ശിക്ഷ വിധിക്കാനും വേണ്ടി വന്നാൽ അല്പകാലത്തേക്ക് തടവിലിടാനും അംശം അധികാരിക്ക് വില്ലേജ് മജിസ്ട്രേറ്റ് എന്ന നിലയിൽ അധികാരമുണ്ടായിരുന്നു എന്ന് കേട്ടിട്ടുണ്ട്. ബ്രിട്ടീഷ് ഭരണകാലത്ത് അധികാരി തസ്കികയിലുള്ള നിയമനം കുലമഹിമയുടെ അടിസ്ഥാനത്തിലായിരുന്നുവത്രേ. വൻകിട തറവാട്ടുകാരാണ് അധികാര സ്ഥാനത്ത് അവരോധിക്കപ്പെടാറുള്ളത്. കണ്ണവത്തും ഒരധികാരി –സൂപ്പിക്കുട്ടി അധികാരി. അദ്ദേഹത്തിന്റെ താവഴിക്കാരാണ് ഇന്നത്തെ പഴമ്പള്ളി ഞാലിൽ താമസിക്കുന്ന കുടുംബാംഗങ്ങൾ. കണ്ണവം ബസാറിൽ ചാത്തുവൈദ്യരുടെ മരുന്നു കട പ്രവർത്തിച്ച കെട്ടിടത്തിന്റെ സമീപത്ത് കച്ചേരി ആല ഉണ്ടായിരുന്നു. വളർത്തുമൃഗങ്ങൾ കൃഷിഭൂമിയിൽ പ്രവേശിച്ച് വിളവുകൾ നശിപ്പിച്ചാൽ കർഷകർക്ക്

ശ്രീ നാരായണഗുരുമന്ദിരം

അവയെ ഈ ആലയിൽ കൊണ്ടുവന്ന് തളച്ചിടാം. മൃഗത്തിന്റെ ഉടമസ്ഥൻ നിശ്ചിത തുക പിഴയടച്ചുവേണം അതിനെ മോചിപ്പിച്ചു വീട്ടിലേക്ക് തിരിച്ചു കൊണ്ടുപോകാൻ. പിഴ അടച്ച ഉടമസ്ഥൻ ആടുമാടുകളെ കയറൂരി വിടാൻ പിന്നീട് അല്പമൊന്നു മടിക്കും. ഇത്തരം വ്യവസ്ഥാപിത നിയമങ്ങൾക്ക് പുറമെ ചില നാട്ടുനടപ്പുകളുണ്ടായിരുന്നു. നമ്മുടെ നാടുകളിൽ എഴുതപ്പെടാത്ത ചില പെരുമാറ്റ ചട്ടങ്ങൾ നമ്മുടെ ഗ്രാമങ്ങളിലുണ്ടായിരുന്നു. അവ ജനങ്ങൾ സ്വമേധയാ അംഗീകരിച്ചിട്ടുമുണ്ടായിരുന്നു. ബഹുസ്വരത അഭംഗുരം തുടർന്ന് വന്ന പ്രദേശമാണല്ലോ നമ്മുടെ ജന്മനാട്. അതിന്റെ സാമൂഹ്യ ഭദ്രതയും ഐക്യവും തുടർന്നു പോവാനുള്ള മുൻകരുതൽ അന്നത്തെ ജനത സ്വീകരിച്ചിരുന്നു.

നാട്ടിലുള്ള ആരാധനാലയങ്ങൾ സംരക്ഷിക്കുകയും പരിപാലിക്കുകയും ചെയ്തിരുന്ന വ്യക്തികളായിരുന്നു നാട്ടുമുഖ്യസ്ഥന്മാർ. പള്ളിപരിപാലനം നാട്ടു കാരണവർ എന്ന സ്ഥാനപേരുള്ള നാല് വ്യക്തികളിൽ നിഷിപ്തമായിരുന്നു. കാലക്രമേണ അത് മഹല്ല് കമ്മിറ്റികൾ ഏറ്റെടുത്തു. സമാനമായ ഒരു നേതൃത്വം നമ്മുടെ സഹോദര സമുദായത്തിലും ഉണ്ടായിരുന്നു. അവർ നാട്ടുമുഖ്യസ്ഥന്മാരെന്ന പേരിൽ അറിയപ്പെട്ടിരുന്നു. വെളുമ്പത്ത് കുഞ്ഞൂട്ടി എട്ടൻ, പൊങ്ങോളി മുകുന്ദേട്ടൻ, രാഘവേട്ടൻ, കല്ലി കൃഷ്ണേട്ടൻ, കണ്ട്യൻ അച്ചുവേട്ടൻ എന്നിവർ മുഖ്യസ്ഥന്മാരുടെ പട്ടികയിൽ പെടുന്നു. കല്യാണ നിശ്ചയം, വിവാഹം എന്നീ ചടങ്ങുകൾക്ക് തിയ്യതി നിശ്ചയിക്കുന്നത് ഉഭയകക്ഷി തീരുമാനപ്രകാരം ഈ പ്രമാണിമാരാണ്. നാട്ടുകാർ തമ്മിലുള്ള തർക്കങ്ങളും വഴക്കുകളും ഇവരുടെ ഇടപെടലോടെ രമ്യതയിൽ തീർക്കാറുണ്ട്. വളരെ ചുരുക്കം അവസരങ്ങളിൽ മാത്രമേ പോലീസ് ഇടപെടൽ അനിവാര്യമാവാറുള്ളൂ.

കണ്ണവം മഹല്ലിൽ അന്ന് ഒരു പള്ളി മാത്രമേ ഉണ്ടായിരുന്നുള്ളൂ. ജനസംഖ്യാനുപാതികമായി ഒന്നിൽ കൂടുതൽ നമസ്കാര പള്ളികൾ പിന്നീടുണ്ടായി. ഹൈന്ദവരുടെ പ്രധാന ക്ഷേത്രമാണ് തൊടീക്കളം അമ്പലം. ധാരാളം കാവുകൾ ഉണ്ട്. പൂഴിയോട് കടുകടത്താൻ കാവ്, പൊങ്ങോളി മുകുന്ദേട്ടന്റെ സ്ഥലത്തിന് സമീപത്തുള്ള മുത്തപ്പൻ കാവ് എന്നിവ ഉത്സവങ്ങൾ നടക്കാറുള്ള കാവുകളും തെയ്യ സ്ഥാനങ്ങളുമാണ്. ഇത് കൂടാതെ ശ്രീനാരായണ ഗുരുവിന്റെ പേരിൽ ഒരു മഠവുമുണ്ടിവിടെ. ആരാധനാലയങ്ങളെ കുറിച്ചെഴുതുമ്പോൾ തൊടീക്കളം അമ്പലത്തിന്റെ ചില പ്രത്യേകതകളെ കുറിച്ച് എഴുതാതെ ഈ ലേഖനം പൂർണ്ണതയിൽ എത്തില്ല. തൊടീക്കളം അമ്പലം വളരെ പ്രാചീനമായ ശിവക്ഷേത്രമാണ്. അതിൽ അമൂല്യമായ ചുമർ ചിത്രങ്ങളുണ്ട്. പ്രാചീന ശില്പചാതുര്യം വിളിച്ചോ

കണ്ണവം ജുമാമസ്ജിദ്

തുന്ന ഒരു കുളമുണ്ട്- ക്ഷേത്രക്കുളം. ഈ ക്ഷേത്രം പഴശ്ശിരാജയുടെ ചരിത്രവുമായി ബന്ധപ്പെട്ടുകിടക്കുന്നു. പഴശ്ശിരാജ ഒരിടത്താവളമായി ക്ഷേത്രം ഉപയോഗിച്ചിരുന്നതായി ചരിത്രം രേഖപ്പെടുത്തിയിട്ടുണ്ട്. ക്ഷേത്രത്തിന് സമീപം പഴശ്ശിപ്പടയും വെള്ളപ്പട്ടാളവും ഏറ്റുമുട്ടി രണ്ട് ബ്രിട്ടീഷ് സൈനികർ കൊല്ലപ്പെട്ടതായി ഈസ്റ്റിന്ത്യ കമ്പനിയുടെ രേഖകളിൽ ഉണ്ടത്രേ. തന്റെ സാന്നിധ്യം അമ്പലത്തിന് ക്ഷതമേൽക്കുമെന്ന് ഭയപ്പെട്ട് പഴശ്ശി വയനാട്ടിലേക്ക് താവളം മാറ്റി എന്നും പറയപ്പെടുന്നു.

സഹകരണ സംഘങ്ങളും ബേങ്ക് ഇടപാടുകളും ഇല്ലാത്ത ആ കാലത്ത് ഓണക്കുറികളും കുറിപ്പയറ്റുകളുമാണ് പ്രചാരത്തിലുണ്ടായിരുന്നത്. പയറ്റ് നിശ്ചയിച്ചു കൊടുക്കുന്ന ചുമതല നാട്ടുമുഖ്യസ്ഥന്മാർക്കാണ്. സൗകര്യമുള്ള ഏതെങ്കിലും ചായക്കടകളിലാണ് പയറ്റ് ഉണ്ടാവുക. ഈന്തപ്പട്ട കൊണ്ട് ചെറിയൊരു അലങ്കാരം ഉണ്ടാവും. പയറ്റിന് വരുന്നവർക്ക് ചായയും ലഘുവായ ഒരു കടിയും നൽകും. പയറ്റു ബുക്കിൽ പേരെഴുതി തുക സ്വീകരിക്കുന്നതും എണ്ണിത്തിട്ടപ്പെടുത്തി പയറ്റ് നടത്തുന്ന വ്യക്തിയെ ഏൽപ്പിക്കുന്നത് നാട്ടുമുഖ്യസ്ഥനോ അദ്ദേഹം ചുമതലപ്പെടുത്തുന്ന വ്യക്തിയോ ആയിരിക്കും. പയറ്റു കഴിച്ചാൽ നിക്ഷേപിക്കപ്പെടുന്ന സംഖ്യയോടൊപ്പം അല്പം കൂടുതൽ തിരിച്ചു നൽകുക എന്നത് അലിഖിത നിയമമാണ്. അത്യാവശ്യ കാര്യങ്ങൾക്ക് വേണ്ടിയാണിത്. ഇതൊരു പരസ്പര സഹായത്തിലുള്ള സാമ്പത്തിക ഇടപാടാണ്. കാലക്രമേണ ഈ ഏർപ്പാട് നിലച്ചുപോയി. പക്ഷെ ഓണക്കുറി

തൊടീക്കളം ശിവക്ഷേത്രം

കൾ കാലത്തെ അതിജീവിച്ചു ഇന്നും നിലനിൽക്കുന്നു. നാട്ടിൻപുറം നന്മകളാൽ സമൃദ്ധം എന്ന കവി വാക്യത്തിന് അനുസൃതമായ പൊതു ജീവിതം. അതാണ് നമ്മുടെ പൂർവ്വികർ വരച്ചുകാണിച്ചു തന്ന നന്മയുടെ മൂർത്തീഭാവം!!

മുസാബിരി ബംഗ്ലാവ്

സന്ധ്യ മയങ്ങിയാൽ പിന്നെ ഞങ്ങൾ കുട്ടികൾക്ക് മുസാബിരി ബംഗ്ലാവിൽ തങ്ങാൻ ഇത്തിരി ഭയമാണ്. വിശാലമായ ബംഗ്ലാവിന്റെ മുറ്റം അന്ന് ഞങ്ങളുടെ കളിസ്ഥലം തന്നെ ആയിരുന്നു. അവിടെ തഴച്ചു വളർന്ന് പന്തലിച്ചു നിൽക്കുന്ന ഞേറൽ പഴം കായ്ക്കുന്ന മരങ്ങളും കുട്ടികളെ അങ്ങോട്ടാകർഷിക്കുമായിരുന്നു. മുസാബിരി ബംഗ്ലാവ് മുസാഫിർ എന്ന ഉറുദു (അറബി/പേർഷ്യൻ) ഭാഷയിലുള്ള പദം ലോപിച്ചുണ്ടായതാവാം. നമ്മുടെ കണ്ണവം മൈതാനിയുടെ റവന്യൂ റിക്കാർഡുകളിലുള്ള പേര് മുസാഫർഖാന എന്നാണത്രേ. അതായത് മൊഴിമാറ്റം ചെയ്യുമ്പോൾ സഞ്ചാരികളുടെ വിശ്രമകേന്ദ്രം എന്നു അർത്ഥം കിട്ടും. വെള്ളക്കാരുടെ ഭരണകാലത്ത് വിദേശടൂറിസ്റ്റുകൾ താമസിച്ചിരുന്നത് ആ ബംഗ്ലാവിലാണെന്ന് പൂർവ്വികർ പറഞ്ഞറിവുണ്ട്. അതിന് സൂക്ഷിപ്പുകാരനായ ഒരു വ്യക്തി കണ്ണവത്ത് ഉണ്ടായിരുന്നുവെന്നും ആ തസ്തികക്ക് മസാൽചി എന്നാണ് ഔദ്യോഗിക നാമമെന്നും ഞാൻ ചെറുപ്പകാലങ്ങളിൽ കേട്ട കഥകളിലുണ്ട്. ബംഗ്ലാവും പരിസരവും തൂത്തുവാരി വൃത്തിയാക്കലും അവിടെ വന്ന് താമസിക്കുന്ന സായിപ്പന്മാർക്ക് വേണ്ട സേവനങ്ങൾ നൽകലുമാണ് മസാൽചിയുടെ ചുമതല. എന്നാൽ യഥാർത്ഥ ജീവനക്കാരൻ തൂപ്പുജോലി സ്വയം ചെയ്യാതെ കൂലി കൊടുത്തു മറ്റൊരു സ്ത്രീയെ കൊണ്ടു ചെയ്യിക്കാറാണു പതിവ്. അതിനാൽ നാട്ടുകാരുടെ ഇടയിൽ ആ മുസ്ലിം സ്ത്രീ മസാൽചി എന്ന പേരിൽ അറിയപ്പെടുകയും ക്രമേണ അത് കുടുംബനാമമായി പരിണമിക്കുകയും ചെയ്തു എന്ന് ഒരു ഐതിഹ്യമുണ്ട്. ശരിയോ തെറ്റോ എന്നെനിക്കറിയില്ല. മസാൽചി എന്ന പേരിൽ അറിയപ്പെട്ട ഒരു സ്ത്രീയും കുടുംബവും കണ്ണവത്ത് ഉണ്ടായിരുന്നു.

ബ്രിട്ടീഷ് ഭരണം അവസാനിച്ചതോടെ മുസാബിരി ബംഗ്ലാവിലെ കാവൽ ജോലിയും നിലച്ചു. ആ സ്ഥലം അന്ന് ഏത് വകുപ്പിന്റെ കീഴിലാണെന്നറിയില്ല. ഇപ്പോൾ അത് ഫോറസ്റ്റ് ഡിപ്പാർട്ട്മെന്റിന്റെ കീഴിലാണ്. സർക്കാരിന്റെ ശ്രദ്ധ കുറഞ്ഞത് കാരണം ആ മേഖല ക്രമേണ

സാമൂഹ്യവിരുദ്ധരുടെ കേന്ദ്രമായി മാറി. മുസാബിരി ബംഗ്ലാവ് എന്ന പേര് മാറ്റി ട്രാവലേർസ് ബംഗ്ലാവ് എന്ന പേരിൽ ഒന്നോ രണ്ടോ തവണ കെട്ടിടം പുതുക്കിപ്പണിത ഓർമ്മയുണ്ട്. എന്റെ വിദ്യാർത്ഥി കാലഘട്ടത്തിൽ സന്ധ്യ കഴിഞ്ഞാൽ അങ്ങോട്ട് പോവരുതെന്ന് വീട്ടുകാർ വിലക്കാനുള്ള കാരണം സാമൂഹ്യവിരുദ്ധശക്തികളെ ഭയന്നത് കൊണ്ടായിരിക്കാം. എന്നാൽ ഇപ്പോൾ വനം വകുപ്പിന്റെ വക ഡോർമെറ്ററിയായി ഒരു നല്ല കെട്ടിടവും അതിന് വാച്ച്മാനും ഉണ്ട്. നമുക്കിനി കണ്ണവം മൈതാനിയുടെ പൂർവ്വ കഥകളിലേക്ക് വരാം. കണ്ണവം മൈതാനി ആറു പതിറ്റാണ്ടു മുമ്പ് ഇന്ന് കാണുന്നതിനേക്കാൾ വളരെ വിശാലമായിരുന്നു. പുതിയ റോഡിന് കുറെ സ്ഥലം നഷ്ടപ്പെട്ടു. കൂടാതെ ഒരു കാളവണ്ടി കടന്നുപോകാൻ മാത്രം വീതിയുള്ള ചെറുവാഞ്ചേരിയിലേക്കുള്ള റോഡ് വീതി കൂടി. പിന്നെ സർവ്വീസ് കോപ്പറേറ്റീവ് ബേങ്ക് കെട്ടിടവും കുറെ സ്ഥലം അപഹരിച്ചു. ഒരു മിനി സ്റ്റേഡിയം ഉണ്ടാക്കാൻ മാത്രം വീതിയുണ്ടായിരുന്നു അന്ന് മൈതാനത്തിന്. നേരത്തെ സൂചിപ്പിച്ച മുസാഫർഖാന എന്ന പേര് അന്വർത്ഥമാക്കുംവിധം കാളവണ്ടിക്കാർ അവിടെ വിശ്രമിക്കുകയും കാളകൾക്ക് വൈക്കോലും വെള്ളവും നൽകുകയും ചെയ്യുമായിരുന്നു. തടി പിടിക്കാൻ കൊണ്ടുപോകുന്ന നാട്ടാനകളെ അവിടെയുള്ള വൻമരത്തിന്റെ വേരിൽ തളച്ചിടാറുമുണ്ട്. ആ മരത്തിന്റെ പേര് എന്താണെന്ന് അറിഞ്ഞുകൂട. ഞങ്ങൾ അതിനെ പെരുമരം എന്ന് വിളിക്കുമായിരുന്നു. അതുപോലെ ചന്തമുള്ള ഒരു വൃക്ഷം ഞാൻ കണ്ടിട്ടില്ല. ചുറ്റും താങ്ങിനിർത്തുന്ന വേരുകളിൽ ഒരാൾക്ക് ഒളിച്ചിരിക്കാൻ മാത്രം സ്ഥലമുണ്ട്. വേരുകൾക്കിടയിൽ ചാരിയിരുന്ന് വലിയ കല്ല് കൊണ്ട് ഇടിച്ച് സർക്കസ്ബേന്റ് കൊട്ടുന്നതുപോലെ ശബ്ദമുണ്ടാക്കുന്നത് ഒരു വിനോദമാണ് ഞങ്ങൾക്ക്. രണ്ട് തട്ടുകളായിട്ടാണ് മരത്തിന്റെ നിൽപ്. അതിന്റെ തടിയിൽ രണ്ടാൾ കൈ ചേർത്തുപിടിച്ചാൽ പോലും പരസ്പരം തൊടാനാവില്ല എന്ന് പറഞ്ഞാൽ അധികപ്പറ്റാവുകയില്ല. രാത്രികാലങ്ങളിൽ വൃക്ഷത്തിന്റെ ശിഖരങ്ങളിൽ മിന്നാമിനുങ്ങുകൾ ചേക്കേറി പ്രകാശം ചൊരിയാറുണ്ടായിരുന്നു. ഇടവിട്ട് ഇടവിട്ട് താഴെയും മേലെയുമുള്ള ശിഖരങ്ങളിൽ അവ പ്രകാശം ചൊരിയുന്നത് കൗതുകകരമായ കാഴ്ചയാണ്. നമ്മുടെ ഇന്നത്തെ ഡക്കറേഷൻ ബൾബുകളെ ഓർമ്മിപ്പിക്കുംവിധം നയന മനോഹരം! ഇന്ന് മൈതാനത്ത് കാണുന്ന വലിയ മാവിന്റെ സ്ഥാനത്തായിരുന്നു ആ പെരുമരം. ഏതോ ഒരു മനോരോഗിയുടെ മനസ്സിൽതോന്നിയ സാമൂഹ്യ വിരുദ്ധ ചിന്ത ആ മരത്തെ തന്നെ നശിപ്പിച്ചു. രാത്രി ആ വൻവൃക്ഷത്തിന് തീ പിടിച്ച കാര്യം മറ്റാരുടെയും ശ്രദ്ധയിൽ

പുരാതനമായ വെളുമ്പത്ത് നേർച്ചക്കല്ല്

പെട്ടില്ല. നാട്ടുകാരും ഫയർഫോഴ്സും പരമാവധി പ്രയത്നിച്ചിട്ടും മരം രക്ഷപെട്ടില്ല. തീ പിടിച്ച് ഓട്ടയായ തടി കുറെകാലം അവിടെ ഉണ്ടായി രുന്നു. ആ സ്ഥലത്ത് തനിയെ മുളച്ചുവന്ന മാവ് നാട്ടുകാർക്ക് മാമ്പഴം സമ്മാനിച്ചുകൊണ്ടും ഓട്ടോറിക്ഷ തൊഴിലാളികൾക്ക് തണലേകി കൊണ്ടും രാജകീയ ഭാവത്തിൽ നിൽക്കുന്നു. കണ്ണവം സ്കൂളിന് കളി സ്ഥലമില്ലാത്തത് കൊണ്ട് മൈതാനമായിരുന്നു ഞങ്ങൾ വിദ്യാർത്ഥിക ളുടെ ഫുട്ബോൾ കോർട്ടും തലപ്പന്ത് കളിസ്ഥലവും, കഴിഞ്ഞ ഏതാനും വർഷങ്ങളിൽ സെയ്വ് വോളീ ഫെസ്റ്റ് വിജയകരമായി നടത്തിയതും ഈ മൈതാനിയിൽ തന്നെ.

ഈ ലേഖനം എഴുതിക്കൊണ്ടിരിക്കുമ്പോൾ എന്റെ മനസ്സിലേക്ക് ഉയർന്നു വന്ന ഒരു സംശയം ഇവിടെ രേഖപ്പെടുത്തുന്നു. മുസാഫിർഖാ

നയും മുസാബിരി ബംഗ്ലാവും മലയാള ഭാഷയിലോ തമിഴിലോ ഉള്ള പദമല്ല. ഉറുദു/പേർഷ്യൻ അല്ലെങ്കിൽ അറബി ഭാഷയിൽ നിന്ന് കടമെടുത്ത പദങ്ങൾ എങ്ങിനെ ഒരു സ്ഥലനാമമായി ഇവിടെ എത്തി? സ്ഥലനാമങ്ങൾ ഭൂതകാല ചരിത്രത്തിലേക്കുള്ള ചവിട്ടുപടികൾ ഒരുക്കിത്തരാറുണ്ട് ചിലപ്പോഴെങ്കിലും. ഗവേഷണം ഇതിന് വഴി തുറക്കുമെങ്കിൽ ഞാൻ കൃതാർത്ഥനായി.

എന്റെ വിദ്യാലയം

ഭൂഗോളത്തിന്റെ കറക്കം തന്നെ മാത്തമെറ്റിക്സിന്റെ സിദ്ധാന്തങ്ങളിലൂടെയാണ്. പ്രശസ്ത നടൻ തിലകൻ ചേട്ടന്റെ വാക്കുകളെ അനുസ്മരിക്കുന്ന വിധത്തിലാണ് നമ്മുടെ ഗോപാലൻ മാസ്റ്ററുടെ വാക്കുകളും പെരുമാറ്റങ്ങളും. ഒരു രണ്ട് രണ്ട്, ഇരു രണ്ട് നാല്, മൂരണ്ട് ആറ് എന്നിങ്ങനെയുള്ള പെരുക്ക പട്ടികയും ഭിന്നസംഖ്യ ഗുണിതങ്ങളും ഉറക്കത്തിൽ വിളിച്ചു ചോദിച്ചാലും ഉത്തരം കിട്ടണമെന്ന വാശിക്കാരനാണ് മാസ്റ്റർ. ഗുണകോഷ്ടം കണക്കിന്റെ നാടിയും ഞരമ്പും മർമ്മവുമാണെന്ന് അദ്ദേഹം ദൃഢമായി വിശ്വസിക്കുന്നു. ഇതിന്റെ പേരിൽ തല്ല് വാങ്ങാത്ത കുട്ടികൾ ആ സ്കൂളിൽ ഇല്ല എന്ന് തന്നെ പറയാം. പെരുക്കപ്പെട്ടികയുടെ അന്തകനായി ഡസിമൽ സംഖ്യകൾ എന്ന അവതാരം ജന്മമെടുക്കുമെന്ന് പാവം ഗോപാലൻ മാസ്റ്റർ ചിന്തിച്ചിട്ടേ ഉണ്ടാവില്ല. കണ്ണവം മാപ്പിള സ്കൂളിലെ ആദ്യകാല അദ്ധ്യാപകരിൽ ഒരാളാണ് ഗോപാലൻ മാസ്റ്റർ. അദ്ദേഹത്തിന്റെ സഹപ്രവർത്തകരായി കരിപ്പായി രാഘവന്റെ അമ്മാമൻ കുഞ്ഞിക്കണ്ണൻ മാസ്റ്റർ. കൊളത്തിൽ കൃഷ്ണൻ മാസ്റ്റർ, മാനന്തേരിക്കരൻ കുഞ്ഞിക്കണ്ണൻ മാസ്റ്റർ എന്നിവരും ഉണ്ടായിരുന്നു. ഞാൻ ആ സ്കൂളിൽ ചേർന്നപ്പോൾ ജാനകി ടീച്ചറായിരുന്നു ഒന്നാം ക്ലാസ്സിലെ അദ്ധ്യാപിക. എന്നെ അക്ഷരം പഠിപ്പിച്ചത് അവരാണ്. എനിക്ക് ഏറെ ഇഷ്ടപ്പെട്ട വ്യക്തിയും അവർ തന്നെ. മാതൃതുല്യമായ വാത്സല്യത്തോടെ തലയിൽ കൈവെച്ച് ഗുണദോഷിക്കുന്ന; സ്നേഹത്തോടെ പെരുമാറുന്ന ആ ടീച്ചറെ എന്നും സ്നേഹബഹുമാനത്തോടെയേ ഓർക്കാനാവൂ. മറ്റുള്ളവരോട് തോന്നുന്ന വികാരം ഭയം കലർന്ന ബഹുമാനം മാത്രം. കണ്ണവം മാപ്പിള സ്കൂളിന്റെ രൂപം മാറി കണ്ണവം യു.പി. സ്കൂൾ ആയി പദവി ഉയർന്നപ്പോൾ കൂടുതൽ അദ്ധ്യാപകർ നിയമിക്കപ്പെട്ടു. മാനന്തേരിക്കാരൻ കെ.കെ. നാണു മാസ്റ്റർ, തൊടീക്കളം സ്വദേശി എം.എ രാധാലക്ഷ്മി ടീച്ചർ, ക്രാഫ്റ്റ് ടീച്ചർ, ചിറ്റാരിപറമ്പിലെ കെ.സി. നാണു മാസ്റ്റർ, സി. ബാലൻ മാസ്റ്റർ എന്നിവരാണ് പുതുതായി നിയമിക്കപ്പെട്ട അദ്ധ്യാപകർ. അറബി അദ്ധ്യാപകനായ മൂസ്സ മാസ്റ്ററെയും കുറ

ഞ്ഞകാലം മാത്രം സേവനമനുഷ്ഠിച്ച് മറ്റേതോ സ്ഥാപനത്തിലേക്ക് സ്ഥലം മാറിപ്പോയ അനന്തൻ മാസ്റ്ററെയും വിസ്മരിക്കുന്നില്ല. അനന്തൻ മാസ്റ്റർ നല്ല നല്ല കഥകൾ പറഞ്ഞു ഞങ്ങളെ രസിപ്പിക്കാറുണ്ട്. അദ്ദേഹത്തിന്റെ ബാലകഥകൾ വിദ്യാർത്ഥികളിൽ സദ്ഗുണങ്ങൾ വളർത്തിയെടുക്കാൻ പര്യാപ്തമായിരുന്നു. പിന്നെ എനിക്ക് കൂടുതൽ കടപ്പാടുള്ളത് മാനന്തേരി സ്വദേശി കെ.കെ. നാണുമാസ്റ്ററോടാണ്. നാടകനടനും കലാസ്വാദകനുമായ അദ്ദേഹം മുൻകൈയെടുത്ത് സാഹിത്യസമാജങ്ങൾ സംഘടിപ്പിക്കുമായിരുന്നു. ബഹുമുഖപ്രതിഭയായ നാണുമാസ്റ്റർകുട്ടികളിൽ അന്തർലീനമായി കിടക്കുന്ന കലാവാസനകളെ പരിപോഷിപ്പിക്കാൻ അശ്രാന്തപരിശ്രമം ചെയ്യാറുണ്ട് എന്നിൽ വായനാശീലം വളർത്തിയെടുത്തത് അദ്ദേഹമാണ്. നാട്ടിൽ നിന്ന് കൊണ്ടുവരുന്ന ലൈബ്രറി ബുക്കുകൾ അതിന് സഹായകരമായി. ചെമന്ന കൈപത്തി, മുത്യുകിരണം, വെളുത്ത ചെകുത്താൻ എന്നീ അപസർപ്പക നോവലുകൾ എന്നെ വായനയുടെ ലോകത്തേക്ക് കൈപിടിച്ചുയർത്തി കൊണ്ടുവന്നു. ഈ വിദ്യാലയത്തിൽ പഠിച്ച പൂർവ്വ വിദ്യാർത്ഥികളിൽ പലരും രാഷ്ട്രീയ സാംസ്കാരിക മേഖലകളിൽ വ്യക്തിമുദ്ര പതിപ്പിച്ചവരാണ്. മറ്റു ചിലർ ഔദ്യോഗിക പദവികളിൽ ഉന്നതശ്രേണികളിൽ എത്തിച്ചേർന്നിട്ടുണ്ട്. ഒരുപാട് അദ്ധ്യാപകരെ ഈ വിദ്യാലയം വാർത്തെടുത്തിട്ടുമുണ്ട്.

ഈ പാഠശാലക്ക് പിന്നിൽ ചില ചരിത്രസത്യങ്ങൾ ഒളിഞ്ഞുകിടപ്പുണ്ട്. 1921 ലെ സംഭവവികാസങ്ങൾക്ക് ശേഷം (ബ്രിട്ടീഷ് സർക്കാരും അവരുടെ സിൽബന്ധികളും മാപ്പിള ലഹള എന്നും നിഷ്പക്ഷമതികൾ കാർഷിക സമരത്തിലൂന്നിയ സ്വാതന്ത്ര്യ സമരമെന്നും വിശേഷിപ്പിക്കപ്പെട്ട രക്തരൂക്ഷിതമായ വിപ്ലവം) ബ്രിട്ടീഷ് ഗവൺമെന്റ് നയപരമായ ചില തീരുമാനങ്ങൾ എടുത്തിരുന്നു. സാമ്പത്തികമായും സാമൂഹ്യമായും പിന്നോക്കാവസ്ഥയിലുള്ളവർക്ക് വേണ്ടി വിശേഷിച്ച് മാപ്പിള സമൂഹത്തിന് വേണ്ടി വിദ്യാലയങ്ങൾ സ്ഥാപിക്കുക എന്ന ഉദ്ദേശത്തിൽ സ്വകാര്യമേഖലയിൽ സ്കൂളുകൾ അനുവദിച്ചു തുടങ്ങി. ഒന്നുമുതൽ അഞ്ചുവരെ ക്ലാസുകളുള്ള വിദ്യാലയങ്ങൾക്ക് മാപ്പിള സ്കൂളുകൾ എന്നാണ് പേരിട്ടിരുന്നത്. കണ്ണവത്ത് അക്കാലത്ത് വിദ്യാഭ്യാസ സ്ഥാപനങ്ങളൊന്നും ഉണ്ടായിരുന്നില്ല. അങ്ങനെയാണ് ഈ വിദ്യാലയം ഇവിടെ അനുവദിക്കപ്പെട്ടത്. ചെറവാഞ്ചേരിയിലുള്ള കുഞ്ഞമ്മദ്ഹാജി എന്ന വ്യക്തി കണ്ണവത്ത് മതപഠനം നടത്താറുള്ള മമ്മുസീതിയുടെ സഹായത്തോടെ അതിനുള്ള ശ്രമങ്ങളിൽ ഏർപ്പെട്ടു. ആ രണ്ട് മഹൽ വ്യക്തികൾ എന്റെ വലിയുമ്മ (ഉമ്മയുടെ ഉമ്മ) മൂര്യാട്ടുപീടികയിൽ കുഞ്ഞാമിന എന്നവരെ

സമീപിച്ച് സ്കൂൾ കെട്ടിടം നിർമ്മിക്കാനുള്ള സ്ഥലത്തിന് വാക്കാൽ അനുവാദം വാങ്ങി ചെത്ത് കല്ല് കൊണ്ട് തറകെട്ടി മൺകട്ടയിൽ ചുമരുയർത്തി കെട്ടിടം നിർമ്മിച്ചു. ഓല മേഞ്ഞ ആ കെട്ടിടം 1969 ൽ സ്കൂൾ തകർന്ന് വീഴുന്നത് വരെ ഉണ്ടായിരുന്നു. കണ്ണവത്തെ അക്ഷരാർത്ഥത്തിൽ കണ്ണീരിലാഴ്ത്തിയ ആ ദാരുണ സംഭവം വീണ്ടും കുത്തിപ്പൊക്കി ജനഹൃദയങ്ങളെ വേദനിപ്പിക്കാൻ എനിക്ക് ആവില്ല. വിടരും മുമ്പേ കൊഴിഞ്ഞുപോയ ആ പൂമൊട്ടുകൾക്ക് കണ്ണീർ പൂക്കളർപ്പിച്ചുകൊണ്ട് ഞാനിവിടെ നിർത്തുന്നു.

സ്കൂളിന് അംഗീകാരം കിട്ടാൻ പലതടസ്സങ്ങളുമുണ്ടായിരുന്നു. അതിനിടയിലാണ് എന്റെ വന്ദ്യപിതാവും മലപ്പുറത്തുനിന്ന് അദ്ധ്യാപക പരിശീലനം ലഭിച്ച വ്യക്തിയുമായ കെ.വി. കുഞ്ഞിമമ്മു മാസ്റ്റർ ഇവിടെ വന്ന് പ്രധാന അദ്ധ്യാപകനായി ചുമതലയേറ്റത്. എന്ത്കൊണ്ടോ മാനേജറായിരുന്ന കുഞ്ഞമ്മദ് ഹാജി സ്കൂളിന്റെ മുഴുവൻ ചുമതലയും കുഞ്ഞിമമ്മു മാസ്റ്ററെ ഏൽപ്പിച്ച് പിൻവാങ്ങി. സ്കൂളിന് അംഗീകാരം ലഭിച്ചാൽ മാത്രമേ മെയ്ന്റനൻസ് ഗ്രാന്റ് അനുവദിക്കപ്പെടുകയുള്ളൂ. അന്ന് വിദ്യാഭ്യാസത്തിൽ താൽപര്യം ഹൈന്ദവരുടെ ഇടയിലുള്ള മേൽജാതിക്ക് മാത്രമേ ഉണ്ടായിരുന്നുള്ളൂ. മക്കളെ പഠിപ്പിക്കണമെന്ന ബോധം മുസ്‌ലിം വിഭാഗത്തിനോ മറ്റുള്ള പിന്നോക്ക ജാതിക്കാർക്കോ ഇല്ലാത്ത കാലം! വിദ്യാർത്ഥികളെ സ്കൂളിലെത്തിക്കാൻ ഒരുപാട് ബുദ്ധിമുട്ടുകൾ അനുഭവിച്ചു. ബോധവൽക്കരണം കൊണ്ട് കാര്യമായ പുരോഗതി കിട്ടാതായപ്പോൾ അദ്ദേഹം പണിയ വിഭാഗത്തിൽ പെട്ട ഏതാനും കുട്ടികളെ നിർബന്ധപൂർവം സ്കൂളിൽ ചേർത്തു. ഇന്ത്യക്ക് സ്വാതന്ത്ര്യം കിട്ടുന്നതിന് മുമ്പുള്ള കാലത്തെ സംഭവമാണ്. പട്ടികജാതി പട്ടികവർഗ്ഗ വിഭാഗങ്ങൾക്ക് യാതൊരു വിദ്യാഭ്യാസ ആനുകൂല്യങ്ങളും പ്രതീക്ഷിക്കാനില്ല. സ്വന്തം ചെലവിൽ പഠനോപകരണങ്ങൾ വാങ്ങിക്കൊടുത്തുവേണം അവരെ പഠിപ്പിക്കാൻ. വിദ്യാർത്ഥികളുടെ എണ്ണം കൂട്ടി. അങ്ങനെ തന്ത്രപൂർവ്വം അംഗീകാരം വാങ്ങി. അന്ന് സ്കൂളിൽ ചേർത്ത് പഠിപ്പിക്കാൻ ഉദ്ദേശിച്ച ആദിവാസികളിൽ കരുണൻ എന്ന വ്യക്തി ഒഴിച്ച് മറ്റെല്ലാവരും കാലക്രമേണ പൊഴിഞ്ഞുപോയി. കരുണൻ മാത്രം തുടർന്നു പഠിച്ചു. എക്സൈസ് വകുപ്പിൽ ഉദ്യോഗസ്ഥനായി. മാനേജർ എന്ന നിലയിലുള്ള പ്രവർത്തനം ചില പ്രമുഖ വ്യക്തികളുടെ അനിഷ്ടങ്ങൾക്കും അതൃപ്തിക്കും കാരണമായിട്ടുണ്ട്. അന്നത്തെ അയിത്ത ജാതിക്കാർക്ക് സ്കൂളിൽ പ്രവേശനം നൽകിയതിലുള്ള എതിർപ്പുകളായിരുന്നു അതിന്റെ പിന്നിൽ. കടുത്ത മാനസിക സമ്മർദ്ദം ഏൽക്കേണ്ടി

വന്ന അദ്ദേഹത്തിന് എപിലപ്സി (ചുഴലിദിനം) പിടിപെട്ടു ചികിത്സയിലായി. ഉറ്റ സുഹൃത്തും വിശ്വസ്തനുമായ ഒരു സഹപ്രവർത്തകനെ രേഖാമൂലം ചുമതല ഏൽപ്പിച്ച് അദ്ദേഹം അവധിയിൽ പ്രവേശിച്ചു. പ്രതിഫലം ഒന്നും വാങ്ങാതെ പരസ്പര വിശ്വാസത്തിലുള്ള കൈമാറ്റമായരുന്നു അതെന്ന് പിതാവിന്റെ കുടുംബക്കാർ സാക്ഷ്യപ്പെടുത്തിയിട്ടുണ്ട്. ഒരു താൽക്കാലിക സംവിധാനം മാത്രമായിട്ടേ ആ ഇടപാടുകൾ കരുതിയിട്ടുണ്ടായിരുന്നുള്ളൂ. എന്നാൽ വിശ്വസ്തനായ ആ സുഹൃത്തിന്റെ ആകസ്മിക മരണം കാരണം എന്റെ പിതാവിന് സ്കൂൾ മാനേജ്മെന്റ് നഷ്ടപ്പെട്ടു. മരുമക്കത്തായ സമ്പ്രദായ പ്രകാരം അദ്ദേഹത്തിന്റെ പിൻതുടർച്ചക്കാരനായ കുട്ട്യപ്പ നമ്പ്യാർക്ക് സ്കൂൾ മാനേജ്മെന്റ് വീണുകിട്ടി. അങ്ങനെ നിർഭാഗ്യവശാൽ എന്റെ ഉമ്മൂമ്മയുടെ എട്ട് സെന്റ് സ്ഥലവും വിദ്യാലയത്തിന്റെ ഉടമസ്ഥതയും കുടുംബത്തിന് നഷ്ടപ്പെട്ടു. ഞാൻ സ്കൂളിൽ ചർന്ന വർഷം കുട്ട്യപ്പനമ്പ്യാർ ആയിരുന്നു മാനേജർ. അദ്ദേഹം എല്ലാ ദിവസവും സ്കൂൾ സന്ദർശിക്കുകയും പാഠ്യപദ്ധതി യഥാക്രമം നടക്കുന്നുണ്ടോ, അദ്ധ്യാപകർ കൃത്യവിലോപം കാണിക്കുന്നുണ്ടോ എന്ന് പരിശോധിക്കുമായിരുന്നു. കുറച്ചുകാലത്തിന് ശേഷം നമ്മുടെ നാട്ടിൽ പോസ്റ്റ് മാസ്റ്ററായി സേവനമനുഷ്ഠിച്ച ശ്രീ കുഞ്ഞനന്തൻ നമ്പ്യാർക്ക് സ്കൂളിന്റെ മാനേജ്മെന്റ് കൈമാറ്റം ചെയ്യപ്പെട്ടു. ഫലത്തിൻ അദ്ദേഹത്തിന്റെ മകനായ ബാലൻ മാസ്റ്റർ തന്നെ ഹെഡ്മാസ്റ്ററും മാനേജറും ആയി. പിന്നീട് സ്കൂളിന്റെ വളർച്ച ത്വരിതഗതിയിലായി. വിദ്യാർത്ഥികളുടെ എണ്ണം വർദ്ധിച്ചുകൊണ്ടേ ഇരുന്നു. അതിനനുസരിച്ച് ക്ലാസ്സുകളുടെ എണ്ണവും വർദ്ധിച്ചുവന്നു. കൂടുതൽ കെട്ടിടങ്ങൾ നിർമ്മിക്കപ്പെട്ടു. മുൻവശത്തുള്ള വയൽപ്രദേശം അണ്ടത്തോടൻ മമ്മൂക്കയിൽ നിന്ന് മാനേജ്മെന്റ് വിലക്ക് വാങ്ങി. അണ്ടത്തോടൻ മമ്മൂക്കയുടെ ജാമാതാവും നാട്ടിന്റെ വികസനത്തിൽ അതീവ തൽപരനുമായ എം.കെ. യൂസഫ്ക്കയുടെ പങ്ക് ഈ ഇടപാടുകളിൽ എടുത്തു പറയത്തക്കതാണ്. എല്ലാ എയ്ഡഡ് സ്കൂളുകളിലും സംഭവിക്കുന്നതുപോലെ പുതിയ നിയമനം ആഗ്രഹിക്കുന്ന അദ്ധ്യാപകരിൽ നിന്ന് ലഭിക്കുന്ന പണം കെട്ടിട നിർമ്മാണങ്ങൾക്ക് ഉപയോഗപ്പെടുത്തി.

ചിലപ്പോൾ എണ്ണൂറിന മേൽ വിദ്യാർത്ഥികൾ ഇവിടെ പഠിപ്പിച്ചിരുന്നു. ഇപ്പോൾ ഈ സ്കൂൾ കണ്ണവം പള്ളി കമ്മിറ്റിയുടെ നിയന്ത്രണത്തിലാണ്. ബാലൻ മാസ്റ്റർ സ്കൂൾ സ്ഥലവും കെട്ടിടങ്ങളും മഹല്ലുകമ്മറ്റിക്ക് വിറ്റു. ആ വിൽപന നടക്കുമ്പോൾ കമ്മിറ്റിയുടെ മുൻകാല പ്രവർത്തനങ്ങൾ എന്ന നിലയിൽ സദസ്സിൽ ഈ ലേഖകനുമുണ്ടായിരു

ന്നു. സ്കൂളിന്റെ പ്രവർത്തനങ്ങൾ ഊർജ്ജിതമാക്കാനും ഫണ്ടുശേഖരണം നടത്തി ഇടപാടുകൾ തീർക്കാനും ഒരു ജനകീയ കൂട്ടായ്മ ആവശ്യമായതിനാൽ വെൽഫെയർ കമ്മിറ്റി രൂപീകരിക്കപ്പെട്ടു. ധനശേഖരണാർത്ഥം ഞാനും സി. കാസിം ഹാജി ഉൾപെടെയുള്ള ഒരു സംഘം സംസ്ഥാനത്തിന് പുറത്തുള്ള നമ്മുടെ സുഹൃത്തുക്കളിൽ നിന്ന് പണം ശേഖരിച്ചിരുന്നു. എല്ലാവരും അതിൽ അകമഴിഞ്ഞു സഹായിച്ചിട്ടുമുണ്ട്.

എനിക്ക് ഇതിൽ ഇടപെടാൻ കഴിഞ്ഞതിലും എന്നാലാവുന്ന സേവനവും സാമ്പത്തികസഹായവും ചെയ്യാനായതിലും അതീവ സംതൃപ്തിയുണ്ട്. ഒരു കാലത്ത് ഞങ്ങളുടെ സ്വന്തമായിരുന്ന അതേ സ്ഥാപനം ഇപ്പോൾ ഞാനും കുടുംബവും കൂടി ഉൾപ്പെടുന്ന ഒരു സൊസൈറ്റിയുടെ പൊതു സ്വത്തായി മാറിയതിലുള്ള ചാരിതാർത്ഥ്യം.

അനുബന്ധം

ആദിവാസി പണിയ വിഭാഗത്തിൽ പെട്ട വിദ്യാർത്ഥികൾക്ക് പ്രവേശനം നൽകിയ വർഷം 1944 ആണെന്ന് സ്കൂൾ രേഖകളിൽ കാണുന്നു. കാലപ്പഴക്കം കാരണം മുഴുവൻ പേരുകളും അഡ്മിഷൻ നമ്പ്രുകളും വായിച്ചെടുക്കാനാവില്ല. അതിൽ കയമൻ, ചോമൻ എന്നിവർ വെളുക്കൻ എന്നവരുടെ മക്കളാണ്. വെള്ളിയുടെ മകൻ ചാത്തൻ മഞ്ഞള എന്നിവരുടെ പേരുകൾ കഷ്ടിച്ചു വായിച്ചെടുക്കാം. കയമൻ പ്രാഥമിക വിദ്യാഭ്യാസം കഴിഞ്ഞു. 1951 ൽ സ്കൂൾ വിട്ടു. തുടർന്ന് ശ്രീ. എ.കെ. കുഞ്ഞനന്തൻ മാസ്റ്ററുടെയും ശ്രീ. കെ. കെ. അപ്പുക്കുട്ടി അടിയോടിയുടേയും ശ്രമഫലമായി അദ്ദേഹത്തിന് ഡിഗ്രി പഠനം വരെ എത്താൻ കഴിഞ്ഞു. ബിരുദം പൂർത്തിയാക്കിയോ എന്ന് പറയാനാവില്ല. അദ്ദേഹം പിന്നീട് സർക്കാർ സർവ്വീസിൽ എക്സൈസ് വകുപ്പിൽ ജോലിയിലുണ്ടായിരുന്നു. (കയമനെന്നപേര് പിന്നീട് രേഖകളിൽ കരുണൻ എന്ന് മാറ്റിയിരുന്നു.)

ഗതകാലസ്മരണകൾ

കണ്ണവം മൈതാനിയിൽ നടക്കുന്ന വാശിയേറിയ വോളീബോൾ മത്സരം വീക്ഷിക്കുന്നതിനേക്കാൾ ഞങ്ങൾ കുട്ടികൾക്ക് താൽപര്യം സെയ്ദ് കുഞ്ഞാലിക്കയുടെ കയ്യും കലാശവും കാണുന്നതിലായിരുന്നു. അത് ഞങ്ങളെ ഏറെ രസിപ്പിക്കാറുണ്ട്. അദ്ദേഹത്തിന്റെ ചടുലമായ ആംഗ്യങ്ങൾ ശ്രദ്ധിച്ചാൽ പന്ത് അപ്പോൾ ഏത് കോർട്ടിലാണ് ചുറ്റിത്തിരിയുന്നത് എന്ന് മനസ്സിലാക്കാൻ കഴിയും. അന്ന് ചെറിയ കല്ലുകളും ഈർക്കിലി കഷ്ണങ്ങളുമുപയോഗിച്ച് കളിക്കുന്ന ഒരു വിനോദമുണ്ട്. നിര കളിക്കുക എന്നാണതിന്റെ പേര്. കുഞ്ഞാലിക്ക അതിൽ വളരെ വിദഗ്ദ്ധനാണ്. സർക്കാരിന്റെയോ സംഘടനകളുടെയോ പ്രോത്സാഹനമോ സാമ്പത്തിക സഹായമോ ലഭ്യമാവാത്ത അക്കാലത്ത് നല്ലൊരു ബോളിബോൾ ടീം ഇവിടെ ഉണ്ടായിരുന്നു എന്ന് പറഞ്ഞാൽ ചിലപ്പോൾ പലർക്കുമത് വിശ്വാസമാവില്ല. മുയ്യാരിക്കണ്ടി അബാസ്ക്ക, തോട്ടത്തിൽ അസൂക്ക, പെങ്ങോളി ഭാസ്കരേട്ടൻ, ഡ്രൈവർ അംഗജേട്ടൻ, എസ്.എം. കെ. മൊയ്തൂക്ക, കരുവാൻ ഗോവിന്ദേട്ടൻ, എസ്.എം.കെ. അബ്ബാസ്ക്ക, എം.പി. യൂസഫ്ക്ക തുടങ്ങിയ സ്പോർട്ട്സ്മാൻ സ്പിരിറ്റുള്ള കുറെ ചെറുപ്പക്കാർ രംഗത്തിറങ്ങിയത് കൊണ്ട് മാത്രം ആ ടൂർണമെന്റ് മാർച്ച്, ഏപ്രിൽ, മെയ് മാസങ്ങളിൽ നടന്നിരുന്നു. ബോളും നെറ്റും സ്വന്തം പണമുപയോഗിച്ച് കളിക്കാർ തന്നെ സംഘടിപ്പിക്കണം. ആ കളി സമീപപ്രദേശങ്ങളിലെ മറ്റ് ടീമുകളെ സംഘടിപ്പിച്ച് മത്സര രൂപത്തിലും ആവാറുണ്ട്.

വോളിബോൾ സംഘത്തിലെ പ്രതിഭകളിൽ മിക്കവരും സ്വന്തം ജീവിതോപാധികൾ തേടി പലവഴിക്കുമായപ്പോൾ കളി കാലക്രമേണ നിലച്ചു. അവരുടെ പിൻമുറക്കാരായ യുവാക്കൾ ഈ രംഗത്ത് വന്നുമില്ല. എല്ലാം വിസ്മൃതിയിലേക്ക് തള്ളപ്പെട്ടു. എന്നാൽ ഭാഗ്യമെന്ന് പറയട്ടെ കുറെ അഭ്യസ്ത വിദ്യരായ ചെറുപ്പക്കാർ നമ്മുടെ നാട്ടിന്റെ കായികവും സാംസ്കാരികവുമായ വളർച്ച മുൻനിർത്തി സെയ്വ് എന്ന പേരിൽ ഒരു സംഘടന രൂപീകരിച്ചു പ്രവർത്തിക്കുന്നുണ്ടിപ്പോൾ. ആ സംഘടനക്ക്

കുറെ കാലപ്പഴക്കമുണ്ടെങ്കിലും പ്രത്യക്ഷത്തിൽ ജനശ്രദ്ധ ആകർഷിക്കാൻ കഴിഞ്ഞിട്ട് അഞ്ചാറു വർഷമേ ആയുള്ളൂ. നാട്ടിന് വേണ്ടി ചില നല്ല കാര്യങ്ങൾ ആ സംഘടനക്ക് ചെയ്യാനായിട്ടുണ്ട്. കണ്ണവം പഴയ ബസാറിൽ പണ്ട് പണിത ഓവ് പാലം അടഞ്ഞു. റോഡിൽ മാലിന്യം നിറഞ്ഞ് വഴി നടക്കാനാവാത്ത അവസ്ഥയിലായിരുന്നു. അതിന്റെ കോൺക്രീറ്റ് സ്ലാബുകൾ നീക്കി പുതിയത് നിർമ്മിച്ച് കൊടുത്തത് ഈ സംഘടനയാണ്. അത് പൊതുജനങ്ങൾക്ക് ഏറെ പ്രശംസ ചൊരിഞ്ഞ പ്രവർത്തനമായിരുന്നു.

കഴിഞ്ഞ ഏതാനും വർഷങ്ങളിൽ സംഘടന സെയ്‌വ് വോളീ ഫെസ്റ്റ് സംഘടിപ്പിക്കുകയുണ്ടായി. തുടർച്ചയായി നടന്ന ആ വോളിബോൾ മത്സരങ്ങളിൽ പ്രശസ്തരായ ടീമുകൾ പങ്കെടുത്തിരുന്നു. ഈ ടൂർണമെന്റുകൾ സംഘടിപ്പിക്കാൻ സംഘടന വളരെ ബുദ്ധിപൂർവ്വം സ്വാഗതസംഗം രൂപീകരിച്ച് നാനാതുറകളിലുമുള്ള ആളുകളുടെ സഹകരണം തേടിയത് കൊണ്ട് പരിപാടി ഗംഭീര വിജയമായി. സെയ്‌വ് എന്ന സംഘടനയുടെ ദീർഘദൃഷ്ടിയും കാര്യക്ഷമതയും അതിന് ചുക്കാൻ പിടിക്കുന്നവരുടെ നേതൃത്വപരമായ കഴിവ് കൊണ്ട് തന്നെ ആണന്ന് ആരും സമ്മതിക്കും. സെയ്‌വ് ഇനിയും പുതിയ പുതിയ സംരംഭവുമായി മുന്നോട്ട് പോകട്ടെ എന്ന് ആശംസിക്കുന്നു. അവർക്ക് അഭിനന്ദനങ്ങളും അനുമോദനങ്ങളും അർപ്പിച്ചുകൊണ്ട് ഈ അദ്ധ്യായം ഇവിടെ അവസാനിക്കുന്നു.

ഒരു ദേശാഭിമാനിയുടെ കാല്പാടുകൾ

കൊട്ടിയൂരിൽ വൈശാഖ മഹോത്സവം തുടങ്ങിയാൽ കണ്ണവം ബസാറിലൂടെ ഭക്തജനങ്ങളുടെ പ്രവാഹം തന്നെ ആയിരിക്കും. ആദ്യമായി കാൽനടയായി പോകുന്ന തീർത്ഥാടകരെ നെയ്ക്കാർ എന്നും അതിനു ശേഷം ഇളനീർ കാവുമായി സഞ്ചരിക്കുന്നവരെ ഇളനീർക്കാർ എന്നും പറയപ്പെടുന്നു. ഇവർക്കെല്ലാം മുമ്പേ അർദ്ധരാത്രിയിൽ പോകുന്ന മറ്റൊരു സംഘമുണ്ടത്രേ. ഞങ്ങളാരും കാണാറില്ല. ഇവരെല്ലാം സഞ്ചരിക്കുമ്പോൾ ഓം എന്ന പ്രണവമന്ത്രം ചൊല്ലുന്ന പതിവുണ്ട്. നെയ്ക്കാർ ഓം എന്ന് ചൊല്ലുമ്പോൾ ഇളനീർക്കാർ ഓയെ ഓം എന്നാണ് തുടർച്ചയായി ചൊല്ലുന്നത്. തീർത്ഥാടകർ ഹോട്ടലിൽ നിന്ന് ഭക്ഷണം കഴിക്കാറില്ല. നെയ്യമൃത് ചുമക്കുന്നവർ പ്രത്യേക മഠങ്ങളിലാണ് തങ്ങാറുള്ളത്. അവർ കാലുള്ള ഓലക്കുടകളോ തലക്കുടകളോ തലയിൽ വയ്ക്കും. കൈയിൽ പശുവിൻ നെയ്യ് നിറച്ച ഓട്ടുകിണ്ടിയും ചുമക്കും. ഇളനീർകാവ് ചുമക്കുന്നവർക്ക് ഓരോ ഭാഗത്തും തങ്ങാൻ പലയിടങ്ങളിലും താവളങ്ങളുണ്ടാവും. കഞ്ഞിപുരകൾ എന്നാണ് ആ താവളങ്ങൾ അറിയപ്പെടുന്നത്. പാനൂർ, പുത്തൂർ, കല്ല് വളപ്പ്, കുന്നോത്തുപറമ്പ് മുതലായ സ്ഥലങ്ങളിൽ നിന്ന് വരുന്ന തീർത്ഥാടകർക്ക് വേണ്ടി പരിപാടി ചാത്തുവേട്ടൻ കഞ്ഞിപ്പുര ഒരുക്കി കൊടുക്കും. അതുപോലെ ഇടയാർ ഭാഗത്തുമുണ്ട് ഒരു കഞ്ഞിപ്പുര. തീർത്ഥാടകർ ഷർട്ടിടാറില്ല. യാത്രയിൽ പണം സൂക്ഷിക്കാൻ അരയിൽ ഒരു ഏറനാടൻ ബൽട്ട് ഉണ്ടാവും. കഴുത്തിൽ കൂടി ഇട്ട് മടിക്കുത്തിൽ തിരുകിവെക്കുന്ന സഞ്ചിയിൽ പണവും ചില്ലറ നാണയതുട്ടുകളും സൂക്ഷിക്കും. ആ സഞ്ചിക്ക് ചീല എന്നാണ് പേര്. അവർക്കു വേണ്ടി എന്റെ അമ്മാമന്റെ തുണിക്കടയിൽ നിൽക്കുന്ന തയ്യൽക്കാരൻ ധാരാളം ചീല അടിച്ചു തയ്യാറാക്കിവെക്കും.

ഇളനീർക്കാരുടെ തലയിൽ മനോഹരമായ ആകൃതിയിൽ കമുങ്ങിൻ പാളകൊണ്ട് നിർമ്മിക്കുന്ന ഒരു തൊപ്പിയുണ്ട്. അതിൽ നിറയെ മുത്തുമണികളും വിവിധ വർണ്ണത്തിലുള്ള റിബണുകളും തുന്നിച്ചേർത്ത് ആകർഷണീയമായി അലങ്കരിക്കും. കൂടാതെ അവർ അരയിൽ പാള

കൊണ്ട് നിർമ്മിച്ച ഒരു ചെറിയ സഞ്ചിയും കെട്ടി വച്ചിട്ടുണ്ടാവും. അതിലുമുണ്ടാവും കുറെ മുത്തുമണികൾ. ഈ ചമയങ്ങളുമായി പോകുന്ന തീർത്ഥാടകരെ കാണാനായി ഞങ്ങൾ കുട്ടികൾ ബസാറിൽ മണിക്കൂറുകളോളം കാത്തിരിക്കാറുണ്ട്. ഇളനീർക്കാർ പരസ്പരം കുഞ്ഞേശന്മാർ എന്നും സ്ത്രീകളെ അമ്മായിമാർ എന്നുമാണ് അഭിസംഭോധന ചെയ്യുക. സ്കൂൾ സമയം കഴിഞ്ഞാൽ ഞാൻ അമ്മാമന്റെ തുണിക്കടയിൽ ചെന്ന് കാഴ്ചകൾ കാണാറുണ്ട്. ചെറുപ്പത്തിലേ ജിജ്ഞാസുവായ കുട്ടിയെന്ന നിലയിൽ പ്രായമുള്ള ഒരു കുഞ്ഞേശനോടു ബാലിശമായ ഒരു ചോദ്യം ചോദിച്ചു, 'നിങ്ങളെന്താ ഇടയാർ വരെ ഒച്ച ഉണ്ടാക്കാത്തത്?' ചിരിച്ചുകൊണ്ട് അദ്ദേഹം പറഞ്ഞു. 'അത് കല്പനയാണ് മോനെ; മാത്രമൊട്ട് മുതൽ എടയാർ വരെ ഒച്ചയിടാൻ പാടില്ല കണ്ണവത്ത് നമ്പ്യാരുടെ വിലക്കുണ്ട്.'

അങ്ങിനെയാണ് ഞാൻ ആദ്യമായി കണ്ണവത്ത് നമ്പ്യാരെ കുറിച്ച് അറിയുന്നത്. സ്കൂളിൽ പഴശ്ശിരാജയെ പരാമർശിക്കുന്ന പാഠഭാഗത്തും കണ്ണവത്തു നമ്പ്യാരുടെ പേരുണ്ട്. അദ്ദേഹത്തെ കണ്ണവത്ത് ശങ്കരൻ നമ്പ്യാർ എന്നാണ് പൊതുവെ അറിയപ്പെടുന്നത്. എന്നാൽ ലോഗന്റെ മലബാർ മാന്വലിൽ കണ്ണവത്ത് ശേഖരൻ നമ്പ്യാർ എന്ന് രേഖപ്പെടുത്തിയതായും കാണുന്നുണ്ട്. പഴശ്ശിയുടെ ഭരണകാലത്ത് അദ്ദേഹം തൊടീക്കളം ദേശം ഉൾപ്പെടുന്ന കണ്ണവം നാടിന്റെ നാടുവാഴിയും കോട്ടയം രാജാവിന്റെ വിശ്വസ്തനായ അനുചരനുമായിരുന്നു. ആ കാലഘട്ടത്തിൽ കോട്ടയം കോവിലകത്തിന്റെ മേൽകോയ്മയിലാണ് ഈ പ്രദേശങ്ങളത്രയും. റവന്യൂ രേഖകളും പഴയ ഭൂസ്വത്തുക്കളുടെ ആധാരവും പരിശോധിച്ചാൽ കാണാം കോട്ടയം താലൂക്ക് കണ്ണവം വംശം തൊടീക്കളം ദേശം എന്ന്. പഴശ്ശിയുടെ പതനത്തോടെ ബ്രിട്ടീഷ് ആധിപത്യം നിലവിൽ വന്നപ്പോൾ കോട്ടയം താലൂക്കിന്റെ പദവി നേടി. ഇന്നും കണ്ണവം വില്ലേജിന് രണ്ട് ദേശങ്ങളുണ്ട്. കണ്ണവം ദേശവും തൊടീക്കളം ദേശവും. ഇതിൽ നിന്നെല്ലാം മനസ്സിലാക്കാവുന്നത് കണ്ണവത്ത് നമ്പ്യാരുടെ കാലത്ത് തൊടീക്കളം ഉൾപ്പെടെ ഉള്ള പ്രദേശങ്ങൾ അദ്ദേഹത്തിന്റെ ഭരണത്തിലും നിയന്ത്രണത്തിലും ആയിരുന്നു എന്നാണ്. ലോഗന്റെ മലബാർ മാന്വലിൽ പഴശ്ശിയുടെ സേനയെ അടിച്ചമർത്താൻ വേണ്ടി കേണൽ വെല്ലസി കൂത്തുപറമ്പിൽ ഒരു കമ്പനി പട്ടാളത്തെ ഒരുക്കി നിർത്തിയിരുന്നു എന്ന് സൂചിപ്പിക്കുന്നുണ്ട്. കൈതേരി അമ്പു എന്ന പഴശ്ശിയുടെ പടത്തലവനുമായി നിരന്തരം ഏറ്റു മുട്ടലുകളുണ്ടായിട്ടുണ്ട്. അമ്പുവിന്റെ ഭടന്മാർ മാനന്തേരിയിൽ വെച്ച് ഒരു മിന്നലാക്രമണത്തിൽ

ശത്രുക്കൾക്ക് വമ്പിച്ച നാശനഷ്ടങ്ങൾ ഉണ്ടാക്കിയിട്ടുണ്ട്. ബ്രിട്ടീഷ് ഈസ്റ്റിന്ത്യാ കമ്പനി പഴശ്ശിയുടെ കാര്യത്തിൽ തന്ത്രപരമായ നീക്കങ്ങൾ ആരംഭിച്ചു. ഒരു ഭാഗത്ത് ഒത്തുതീർപ്പ് ശ്രമങ്ങൾ നടത്തുമ്പോൾ തന്നെ മറുഭാഗത്ത് പഴശ്ശിയെ അനുകൂലിക്കുന്നവരെ ഭയപ്പെടുത്താനുള്ള നടപടികൾ തുടങ്ങി. ഇതിന്റെ ഭാഗമായി ചില നാട്ടുപ്രമാണിമാരെ കണ്ണവത്തും ഇരിക്കൂറിലും പരസ്യമായി തൂക്കിക്കൊന്നു. കണ്ണവത്തിന്റെ ഭാഗം തന്നെയായ തടിക്കുളം (തൊടീക്കളം) പഴശ്ശിയുടെ പ്രധാന ശക്തികേന്ദ്രമായിരുന്നു. കോട്ടയം അങ്ങാടിയിൽ നിന്ന് കമ്പനി പട്ടാളം കേണൽ ഡൗണിന്റെയും കേണൽ ഡൺലപ്പിന്റെയും നേതൃത്വത്തിൽ പഴശ്ശിയുടെ ശക്തികേന്ദ്രങ്ങൾ തകർക്കാനുള്ള ദൗത്യവുമായി പുറപ്പെട്ടു. കണ്ണവത്തും (തൊടീക്കളം) മണത്തണയിലും ഏറ്റുമുട്ടലുകൾ നടന്നു. കമ്പനി പട്ടാളത്തിന് രണ്ട് ഓഫീസർമാർ അടക്കം നിരവധി ശിപായിമാരെ നഷ്ടപ്പെട്ടിട്ടുണ്ട്. എങ്കിലും അന്തിമവിജയം കമ്പനി പട്ടാളത്തിന് തന്നെയായിരുന്നു. കണ്ണവത്ത് നമ്പ്യാരുടെ കോട്ടയും പുരാതന വസതിയും ഇടിച്ചു നിരത്തിയതായി മലബാർ മാന്വലിൽ വിവരിച്ചിട്ടുണ്ട്. ആ പുസ്തകത്തിലെ പേജ് 334–335 ലെ വിവരണമനുസരിച്ച് പ്രസ്തുത സൈനിക നടപടികൾ ഉണ്ടായത് 1797 ഏപ്രിൽ മാസത്തിലാണ്. കണ്ണവത്ത് നമ്പ്യാർ തന്റെ പ്രവർത്തന മേഖല കുറ്റ്യാടിയിലേക്ക് മാറ്റി.

കണ്ണവത്ത് നമ്പ്യാരുടെ വീടു നിൽക്കുന്ന സ്ഥലം എന്ന് പണ്ടു പണ്ടേ വിശ്വസിക്കുന്ന ഒരു കുന്നിൻപുറം കണ്ണവത്തിന്റെ ഹൃദയഭാഗത്തുണ്ട്. കോട്ട എന്നറിയപ്പെടുന്ന സ്ഥലമാണത്. വളരെ കാലം മുമ്പ് ഒരു വലിയ വീട്ടുതറയുടെ അവശിഷ്ടങ്ങൾ അവിടെ ഉണ്ടായിരുന്നു എന്ന് കേട്ടിട്ടുണ്ട്. അതൊന്നും ഇപ്പോൾ കാണാനില്ല. എങ്കിലും ആ സ്ഥലത്ത് ആഴമുള്ള ഒരു കിണർ ഇപ്പോഴും അവശേഷിക്കുന്നുണ്ട്. ഏറെക്കുറെ കാടുമൂടി കിടക്കപ്പെട്ട നിലയിൽ കോട്ടപ്പറമ്പ് എന്ന് വിളിപ്പേരുള്ള പ്രസ്തുത സ്ഥലം അദ്ദേഹത്തിന്റെ ആസ്ഥാനവും കാവൽ കോട്ടയും ആയിരിക്കും എന്നനുമാനിക്കാം.

അദ്ദേഹത്തിന്റെ അന്ത്യം 1801 നവംബർ 27–ാം തീയതി ആണെന്ന് തെളിവുകളുണ്ട്. ഇതിന് ഉപോൽബലമായി ലോഗന്റെ മലബാർ മാന്വലിലെ പേജ് 342 ലെ അവസാന ഖണ്ഡിക ഉദ്ദരിക്കാം. "ഉദ്ദേശിച്ച ഫലമുണ്ടാക്കാൻ വിളംബരം കൊണ്ട് സാധിച്ചില്ല. ലഹളത്തലവൻ (പഴശ്ശി രാജ) ഒരുപിടി വിശ്വസ്തരുമൊത്ത് അപ്പോഴും നിയമത്തിന്റെ പിടിയിൽ നിന്നും അപ്രാപ്യരായി വർത്തിക്കുകയായിരുന്നു. വയനാടൻ മലകളുടെ മുകളിലും കീഴേയും നിന്ന് അവരെ കമ്പനിപ്പട്ടാളം ഒരേ സമയം വേട്ട

യാടുക ആയിരുന്നിട്ടും. എങ്കിലും പഴശ്ശിയുടെ പ്രധാന സഹായികളിൽ ചിലരെ പിടികൂടാൻ കഴിഞ്ഞു. കോഴിക്കോട്ടെ പ്രിൻസിപ്പൽ കലക്ടർ മേജർ മക്ലിയോഡിന 1801 നവംബർ 27 നുകേണൽ സ്റ്റീവൻസൺ അയച്ച സന്ദേശത്തിൽ ലഹള കുത്തിയിളക്കുന്നതിൽ പ്രധാന പങ്കു വഹിച്ച് കണ്ണവത്ത് നമ്പ്യാരെയും അദ്ദേഹത്തിന്റെ 24 വയസ്സായ മകനെയും പിടികൂടിയതായി എടുത്തുപറഞ്ഞിരുന്നു. കുറ്റ്യാടിയിൽ നിന്നാണ് അവർ പിടിക്കപ്പെട്ടത്. ഉടൻ രണ്ടുപേരെയും കാന്നൂട്ടെ (കണ്ണവം) മലയിൽ കൊണ്ടുപോയി തൂക്കി കൊന്നു. കമ്പനിയുടെ അധികാരത്തിനും ആധിപത്യത്തിനുമെതിരായി കലാപങ്ങളുടെ കൊടി ഉയർത്തിയത് ഇവിടെ വച്ചായിരുന്നു. വധിക്കപ്പെട്ടവരുടെ പുരാതന വസതി സ്ഥിതി ചെയ്തിരുന്നതും ഇവിടെ തന്നെ.”

മേൽ കാണിച്ച ഉദ്ധരണി സർക്കാർ രേഖയായതു കൊണ്ട് വിശ്വസിക്കുന്നതിൽ തെറ്റില്ല. കണ്ണവത്തു നമ്പ്യാരുടെ ആസ്ഥാന താവളം കണ്ണവത്ത് തന്നെയാണെന്ന് ഇത് തെളിവാണ്. അദ്ദേഹത്തെ തൂക്കിലേറ്റിയത് കണ്ണവത്തുള്ള ഒരു മലയിലാണെന്നും പരാമർശിക്കുന്നുണ്ട്. ഈ സൂചന പ്രകാരമുള്ള സ്ഥലം പരിശോധിച്ചാൽ നമുക്ക് മനസ്സിലാക്കാനുള്ള കാര്യം പരസ്യമായി അവരെ തൂക്കിലേറ്റിയത് പഴശ്ശിയുടെ അനുയായികളെ ഭയപ്പെടുത്താൻ വേണ്ടിയാണ്. പഴശ്ശിരാജയെ അനുകൂലിക്കുന്നവരുടെ ഗതി ഇതായിരിക്കുമെന്ന് ജനങ്ങളെ ബോധ്യപ്പെടുത്താൻ കമ്പനിക്ക് ഉദ്ദേശമുണ്ടായിരുന്നു. അതിന് അവർ തെരഞ്ഞെടുത്ത സ്ഥലം ജനശ്രദ്ധ ആകർഷിക്കുന്ന ഇടമായിരിക്കും. ഉയർന്നുനിൽക്കുന്ന റോഡരികിലുള്ള ഒരു സ്ഥലം ഇന്ന് വില്ലേജ് ഓഫീസ് കെട്ടിടമുള്ള ഇടത്താണ്. അതല്ലെങ്കിൽ പയാരത്ത് കന്ന് (പഴയനിരത്ത് ലോപിച്ചത്) ആയിരിക്കും. അക്കാലത്ത് കെട്ടിടന്റവിട കൂടി പുഴ കടന്നാൽ പയാരത്ത് എന്ന വിളിപ്പേരുള്ള സ്ഥലത്ത് എത്താം. മൂന്ന് ഭാഗത്തേക്കും ജനസഞ്ചാരമുള്ള സ്ഥലമാണത്. തൊടീക്കളത്തേക്കും നെടുംപൊയിലേക്കും കണ്ണവത്തേക്കും ആൾ സഞ്ചാരമുള്ള ഈ പ്രദേശത്ത് തന്നെയാവും ബ്രിട്ടീഷ് പട്ടാളം ആ ക്രൂരകൃത്യം നിർവ്വഹിച്ചത്. ബ്രിട്ടീഷ് അധിനിവേശത്തിനെതിരെ ധീരമായി പോരാടി വീരമൃത്യു വരിച്ച ജന്മനാടിന്റെ വീരപുത്രന് ആദരാഞ്ജലികൾ അർപ്പിച്ചുകൊണ്ട് ഈ അദ്ധ്യായം ഇവിടെ അവസാനിക്കുന്നു.

(അവലംബം : വില്യം ലോഗന്റെ മലബാർ മാന്വൽ)

മഴക്കാല വിശേഷങ്ങൾ

ഉപ്പിച്ചി മൊയ്തീനിക്ക ചൂണ്ടയുമായി ഇറങ്ങിയാൽ ചട്ടി നിറയെ മീൻ ഉണ്ടാവും. പുഴ മത്സ്യം ചൂണ്ടയിട്ടു പിടിക്കാൻ അതിസമർത്ഥനാണ് മൊയ്തീനക്ക. മഴ തിമിർത്തു പെയ്യാൻ തുടങ്ങിയാൽ കടൽ മീൻ പിടുത്തം നിലക്കും. ചെറുപ്പക്കാർ പിന്നെ വലയും ചൂണ്ടയുമായി പുഴ വക്കിലേക്ക് നീങ്ങും. രണ്ടുമൂന്നു തരം വലയുമുണ്ട്. കോരുവല, അത് ചെറുതാണ്. വെള്ളം കെട്ടിനിൽക്കുന്ന ചെറിയ കുണ്ടിൽ അതുകൊണ്ട് ഊറ്റിയെടുത്തു ചെറു പരലുകളെ പിടിക്കും. വീശുവല പുഴയിൽ വീശി എറിഞ്ഞു മീൻ പിടിക്കാനുള്ള ഉപകരണമാണ്. വലയുടെ അരികിൽ ഈയ്യത്തിന്റെ ഒന്നര ഇഞ്ച് വലിപ്പത്തിലുള്ള കഷ്ണങ്ങൾ പിടിപ്പിച്ചിട്ടു ണ്ടാവും. വല വെള്ളത്തിൽ താഴുമ്പോൾ അതിനുള്ളിൽ കുടുങ്ങിയ മീനു കളെ പതിയെ വല ചുരുക്കി വലിച്ചെടുക്കും. നല്ല പരിചയമുള്ളവർക്കേ വീശുവല എറിഞ്ഞ് മീൻ പിടിക്കാൻ കഴിയൂ. ചെറിയ തോടുകളിൽ തട കെട്ടി മീൻ പിടിക്കാൻ കൂട് ഉപയോഗിക്കും. ഏറ്റുമീൻ കയറുക എന്നൊരു പദപ്രയോഗമുണ്ട്. പുഴയിലുള്ള മത്സ്യങ്ങൾ പ്രജനനം നട ത്താൻ ചെറുതോടുകളിലേക്കും അരുവികളിലേക്കും കുതിച്ചു പായുന്ന അവസരമാണ്. വെള്ളം കെട്ടി നിൽക്കുന്ന വയലുകളിൽ പോലും വരാൽ, വാലച്ചി, മുഷു എന്നിവ കൂട്ടത്തോടെ കയറി വരും. അവരെ ഒറ്റൽ എന്ന ഒരു ഉപകരണമുപയോഗിച്ച് ആവശ്യമുള്ളവർ പിടിച്ചുകൊണ്ടുപോകും. ചേറുമീൻ, വരാൽ, പൊട്ടൻ, ആരൽ തുടങ്ങിയവയും പൂവാലി, കടുങ്ങാലി തുടങ്ങിയ ചെറു മത്സ്യവും പുഴ നറയെ ഉണ്ടാവും. മത്സ്യങ്ങളുടെ ഇഷ്ടാ നിഷ്ടങ്ങൾ അറിഞ്ഞുവേണം ചൂണ്ടയിൽ ഇര കോർക്കാൻ. ചൂണ്ട നിർമ്മിക്കാനുള്ള സാധനങ്ങൾ നേരത്തെ സംഘടിപ്പിക്കും. ഒരിനം പന യുടെ ശാഖ വെട്ടിയെടുത്തു ഉണക്കി സൂക്ഷിക്കും. അതിന് പറ എന്നാണ് പേര്. പിന്നെ ചൂണ്ടയും ടങ്കീസും കടകളിൽ നിന്നു വാങ്ങും. ചൂണ്ട ടങ്കീസിന്റെ അറ്റത്ത് കെട്ടി ഉറപ്പിച്ച് പറയുടെ മെലിഞ്ഞഭാഗത്ത് ഉറപ്പിച്ചു കെട്ടിയാൽ ഉപകരണം തയ്യാറായി. പുഴയുടെ ചില ഓരങ്ങളിൽ മത്സ്യം വന്നു നിൽക്കുന്ന സ്ഥാനം നോക്കി ചൂണ്ടയിടും. ഭാഗ്യം തുണച്ചാൽ

വലിയ മീനുകളെ വലച്ചിടാം. ചിലപ്പോൾ മീൻപിടുത്തക്കാർക്ക് നല്ല കൊയ്ത്തായിരിക്കും. എന്റെ തറവാടുവക ഭൂമിയിൽ ആഴമുള്ള ഒരു കുണ്ട് ഉണ്ട്. അതിലേക്ക് പല ഭാഗത്തുനിന്നും ഒഴുകി വരുന്ന തോടുകളിലെ വെള്ളം വന്ന് ചാടും. മഴ ശക്തിപെട്ടാൽ ഫലത്തിൽ ഒരു ചെറിയ വെള്ള ച്ചാട്ടത്തിന്റെ രൂപവും ഭാവും ഉണ്ടാകും. ഇവിടെ ശക്തിയായി വന്നു പതി ക്കുന്ന വെള്ളം കണ്ണവം പുഴയിലേക്ക് ഒഴുകിപോവും. രണ്ടിന്റെയും സംഗമസ്ഥാനത്ത് കൂട് സ്ഥാപിച്ചാൽ ഒരുപാട് മത്സ്യങ്ങളെ പിടിക്കാനാ വും. അന്നത്തെ കുറിച്യ സമുദായത്തിൽപെട്ട യുവാക്കൾ രാത്രി മുഴു വൻ ഉറക്കമിളച്ച് ഇങ്ങിനെ കൂട് സ്ഥാപിച്ച് മത്സ്യബന്ധനം നടത്തുന്നത് ഓർമ്മയിലുണ്ട്. ഈ പുഴയിൽ നിന്ന് കയറി വരുന്ന മത്സ്യങ്ങളിൽ ഒരിനം വെള്ളച്ചാട്ടത്തിൽ കൂടിത്തന്നെ ചാടികയറാൻ പ്രാപ്തിയുള്ളവയാണ്. കമ്മുക്ക് എന്നും കമ്മുഴ എന്നും വിളിക്കപ്പെടുന്ന ഇവയെ പിടിക്കാൻ ചെറിയ സൂത്രപ്പണി ചെയ്താൽ മതി.

ചവണനൂൽ കൊണ്ടുള്ള ചാക്കിൽ കശുമാവിന്റെ ഇലയും ചെറിയ ചുള്ളിക്കമ്പുകളും നിറച്ച് വെള്ളച്ചാട്ടത്തിന്റെ ശക്തി കുറഞ്ഞ ഭാഗത്ത് നല്ല കയറുകളിൽ കെട്ടിത്തൂക്കും. മത്സ്യം എടുത്തു ചാടുമ്പോൾ ഈ സഞ്ചിയിൽ പെട്ടാൽ തിരിച്ചു കയറാൻ സാധിക്കില്ല. കുറെ കഴിഞ്ഞാൽ അതിൽനിന്ന് ധാരാളം മത്സ്യം ലഭിക്കും. ശക്തിയേറിയ ഒഴുക്കുള്ളപ്പോൾ തുണ്ടൽക്കുണ്ടിന്റെ സമീപത്ത് പോകാൻ രക്ഷിതാക്കൾ ഞങ്ങളെ അനു വദിക്കാറില്ല. പക്ഷേ എങ്ങനെയെങ്കിലും മുതിർന്നവരുടെ കണ്ണുവെട്ടിച്ച് നമ്മുടെ തോട്ടത്തിൽ മമ്മത് അവിടെ എത്തും. പിന്നെ വായിൽ വിരൽ കോട്ടി വച്ച് ഒരു വിസിലടിയുണ്ട്. അതു കേട്ടാൽ ഞാനുമവിടെ എത്തും. നല്ല നീന്തൽ കാരനാണ് മമ്മത്. എന്നെക്കാൾ പ്രായം കുറവാണ്. അവന്റെ മാതാപിതാക്കൾക്ക് വേറെ കുട്ടികളില്ല. ഒറ്റപുത്രൻ. തോട്ടത്തിൽ അസ്സൂക്കയുടെ മരുമകനാണ്. ഇന്നത്തെ കൊല്ലികോംപ്ലക്സ് നിൽക്കന്ന സ്ഥലവും മറ്റും അദ്ദേഹത്തിന്റേതായിരുന്നു. ഹൈസ്കൂൾ വിദ്യാഭ്യാസ ത്തിന് ശേഷം ഗൾഫിലേക്ക് കടന്നു. കുറച്ച് സമ്പാദ്യമുണ്ടായിരുന്നു. കല്യാണം കഴിച്ച് വീടു വെച്ച് താമസമായി. പക്ഷേ ആ സന്തോഷം കൂടുതൽ കാലം നിലനിന്നില്ല. കേൻസർ ബാധ അദ്ദേഹത്തിന്റെ ജീവിതം അവസാനിപ്പിച്ചു. എല്ലാവരോടും സമഭാവനയോടും സ്നേഹത്തോടും പെരുമാറുന്ന നല്ലൊരു സുഹൃത്തിനെയാണ് നഷ്ടമായത്. അദ്ദേഹ ത്തിന്റെ പാവനസ്മരണക്ക് മുന്നിൽ ആദരാഞ്ജലികൾ അർപ്പിച്ചുകൊണ്ട് ഈ അദ്ധ്യായം ഇവിടെ അവസാനിക്കുന്നു.

തൊഴിൽ മേഖലയിൽ സൗഹൃദം

അനന്തൻ ഡ്രൈവർ ബെൻസ് വണ്ടിയിൽ കയറിയിരുന്നാൽ കുപ്പിൽ റോഡില്ലെങ്കിലും തടിമരമിങ്ങെത്തും. മൂപ്പൻ കുഞ്ഞമ്മദ്ക്കാന്റെ ഉറച്ച കമന്റ്. അന്ത്രുമൂപ്പനും അബൂബക്കർ മൂപ്പനും തല കുലുക്കി സമ്മതിച്ചു. ഇതുകേട്ട് മമ്പള്ളി മമ്മത്ക്കാന്റെ പ്രശസ്തമായ ആ ചിരിയുണ്ടല്ലോ. അതങ്ങ് തുടങ്ങി. ചിരിയിൽ പൊങ്ങോളി ബാലേട്ടനും ചേർന്നു. ചിരി ആരോഗ്യത്തിന് ഏറെ ഉത്തമമാണെന്ന് തിരിച്ചറിഞ്ഞ വ്യക്തിയാണ് നമ്മുടെ മമ്പള്ളി മമ്മത്ക്ക. മൂപ്പർ ചിലപ്പോൾ ഓട്ടോറിക്ഷയുടെ ശബ്ദം ഭംഗിയിൽ അനുകരിക്കുമായിരുന്നു. മറ്റൊരു പ്രത്യേകത അദ്ദേഹത്തിന് മാത്രം കഴിയുന്ന ഒരു ശാരീരിക പ്രകൃതിയുണ്ട്. സ്വന്തം ചെവി മേലോട്ടും താഴോട്ടും ചലിപ്പിക്കുക. നമ്മുടെ നാട്ടിലെ ലോഡിംഗ് തൊഴിലാളികളാണിവർ. നല്ല ധൈര്യവും കായിക ബലവുമുള്ള മല്ലന്മാർ!! ചലിക്കുമ്പോൾ കൈകാലുകളിലെ മസിലുകൾ ഉരുണ്ടു വരും. പാലത്തിന്റെവിട പോക്കർക്ക എന്ന മറ്റൊരു വ്യക്തി കൂടിയുണ്ട്. ഇവരാരും കോളേജുകളിലോ ഹൈസ്കൂളുകളിലോ ചേർന്ന് ശാസ്ത്ര വിഷയങ്ങൾ പഠിച്ചവരല്ല. എന്നാൽ ഭൗതിക ശാസ്ത്രത്തിലെ ഉത്തോലകതത്വം പ്രായോഗിക തലത്തിൽ ശരിക്കും അവർ കൈകാര്യം ചെയ്തിരുന്നു. ഭാരമുള്ള തടിമരം നീക്കിക്കൊണ്ടു വരാനും അത് ലോറിയിൽ കയറ്റിവെച്ച് ഭദ്രമായി മുറുക്കി കെട്ടാനും ഒരു എഞ്ചിനീയറുടെയും സാങ്കേതിക പരിജ്ഞാനമില്ലാതെ തന്നെ അവർ ചെയ്യുമായിരുന്നു. ഒരാളുടെ അശ്രദ്ധ കൊണ്ട് ഒരു ജീവൻ തന്നെ നഷ്ടപ്പെടുമെന്ന് ബോധ്യമുള്ളതുകൊണ്ട് മൂപ്പന്റെ (ക്യാപ്റ്റൻ) നിർദ്ദേശം അക്ഷരം പ്രതി അനുസരിക്കും. ജോലിയുടെ ആയാസം തീർക്കാനും ഒന്നിച്ചുള്ള പ്രവൃത്തി ഏകോപിപ്പിക്കാനും ചില ശബ്ദങ്ങളുണ്ടാവും. മൂപ്പൻ ഒന്നു കൂടി വലത്തോട്ട് മാറ് എന്നു പറഞ്ഞാൽ ഏലസ നീളം വലിക്കണം ഒന്നു കൂടി -ഏലസ, താക്കം ബെക്ക് കാലാങ്കി പിടിച്ചോ ഏലസ-കയറ് പിടിച്ചോ ഏലസ- വലിയെട മേലെ ഏലസ- മുതുതല പോരട്ടെ ഏലസ-തള്ളിക്കൊടുക്കട ഏലസ ഇതാണ് രീതി. അപകട ഭീഷണി ഉള്ള ഏറെ കായിക അദ്ധ്വാനം ആവശ്യമായ

ഈ തൊഴിലിന് കൂടുതൽ തൊഴിലാളികൾ ഇല്ലായിരുന്നു. അതുകൊണ്ട് തന്നെ തൊഴിൽ മത്സരങ്ങളുമില്ലായിരുന്നു. കണ്ണവത്തെ ലോഡിംഗ് തൊഴിലാളികൾ വിദൂര സ്ഥലങ്ങളിൽ പോയി ജോലി ചെയ്യാറുണ്ട്. അന്ന് കാര്യമായ തൊഴിൽ നിയമങ്ങളോ തൊഴിലാളി യൂണിയനുകളോ ഇല്ലാ യിരുന്നു. തദ്ദേശ തൊഴിലാളികളെയും കൂടി ഒന്നിച്ചു ചേർക്കുന്നത് കാരണം പ്രശ്നങ്ങൾ ഒന്നും ഉണ്ടാവാറില്ല. ലോഡിംഗ് തൊഴിലാളിക ളുടെ പ്രധാന തൊഴിലുപകരണങ്ങൾ കമ്പിയും കയറും കാലാങ്കിയും ആണ്. ഈ കമ്പിക്ക് കുറഞ്ഞത് ഇരുപത് കിലോഗ്രാം ഭാരമുണ്ടാവും. കാലാങ്കി നല്ല ബലമുള്ള മരത്തിന്റെ കാലുകളാണ്. ലോറിയിൽ കുറുകെ രണ്ടോ മൂന്നോ കാലാങ്കി വെച്ച് മരത്തടി അതിലൂടെയാണ് ലോറിയിൽ കയറ്റുക. വലിയ ഭാരമുള്ള മരത്തടി ലോറിയിൽ എത്തണമെങ്കിൽ വളരെ ശ്രദ്ധാപൂർവ്വം ഒരേ പോലെ ബലം പ്രയോഗിക്കണം. മൂപ്പന്റെ നിർദ്ദേശ ത്തിന് ഏലസ് എന്ന് മറുവാക്ക് പറഞ്ഞിട്ടാണ് ഒരേപോലെ തള്ളുക.

മരം വാഹനത്തിൽ വലിച്ചു കയറ്റിയാൽ അത് ബലമായി കെട്ടി ഉറ പ്പിക്കും. ആ കെട്ടുകൾ മുറുക്കുമ്പോഴും ഈ പ്രയോഗം കാണാം.

വനം വകുപ്പ് മൂപ്പെത്തിയ തടിമരം കൂടുതൽ ഉള്ള സ്ഥലം അടയാള പ്പെടുത്തി തടി മുറിച്ചു മാറ്റാനുള്ള അവകാശം ലേലം ചെയ്തു കൊടു ക്കും. ഒരു നിശ്ചിത സമയപരിധിക്കുള്ളിൽ എല്ലാ മരങ്ങളും മുറിച്ചു നീക്കി സ്ഥലം കാലിയാക്കി കൊടുക്കണമെന്ന വ്യവസ്ഥ ഉണ്ടാകും. പരസ്യ മായി ലേലം ചെയ്തു കൊടുക്കുന്ന ഈ സ്ഥലം മുതലാളിമാർ ഏറ്റെ ടുത്തു മരം വെട്ടി നീക്കും. അതിന് നാടൻ ഭാഷയിൽ കൂപ്പിലെ പണി എന്നു പറയുന്നു. ഈ പ്രക്രിയക്ക് ക്ലിയർഫില്ലിംഗ് എന്ന് സാങ്കേതിക മായി പറയും. എന്നാൽ ഇന്ന് ചില വൃക്ഷങ്ങൾ മാത്രം അടയാളപ്പെ ടുത്തി വനംവകുപ്പിന്റെ മേൽനോട്ടത്തിൽ വെട്ടിമാറ്റുകയാണ് ചെയ്യുന്ന ത്. സെലക്ഷൻ കട്ടിംഗ് എന്ന പേരിൽ അറിയപ്പെടുന്നു. പ്രത്യേകം പ്രത്യേകം ഇനം തിരിച്ച് അട്ടിയിട്ട തടികൾ പരസ്യമായി ലേലം ചെയ്തു വിൽക്കുന്നു. ഇപ്പോൾ ഡിജിറ്റൽ കാലഘട്ടമാണല്ലോ. ഓൺലൈനായി ഈ ലേലത്തിൽ നിബന്ധനകളനുസരിച്ച് ആർക്കും തടിവാങ്ങാൻ സൗക ര്യപ്പെടുത്തിയിട്ടുണ്ട്.

കായികശേഷിയും അപകടഭീഷണിയും ഉള്ള തൊഴിലായത് കൊണ്ട് താരതമ്യേന മെച്ചപ്പെട്ട കൂലി ലോഡിംഗ് തൊഴിലാളികൾക്കുണ്ടായിരു ന്നു. മേൽ വിവരിച്ച കഥാപാത്രങ്ങളൊന്നും ഇന്ന് ജീവിച്ചിരിപ്പില്ല. അവ രുടെ സ്മരണക്ക് മുന്നിൽ ആദരാഞ്ജലികൾ അർപ്പിച്ചുകൊണ്ട് ഈ അദ്ധ്യായം അവസാനിപ്പിച്ചു.

മഹാത്മാവിന്റെ സ്മരണക്ക് ഒരു വായനശാല

ആകാശവാണി - കോഴിക്കോട്- വാർത്തകൾ മലയാളത്തിൽ വായിക്കുന്നത്, ഗോപകുമാർ ടർർർ, ക്രു ക്രു ക്രി ക്രി കു കൃ കൃ ഈ ക്രു ഗർ ടർർർ ട്രു കീ -ഇന്ന് രാത്രി നമ്മുടെ പ്രിയങ്കരനായ പ്രധാനമന്ത്രി രാജ്യത്തെ ട്രു കൃ ക്രീ കുർ കുർ അഭിമുഖീകരിച്ചു. കീ കീ ക്രു സംസാരിക്കുന്നു. ർടർർർടർ കീകുകുർകുർ കർഷകരെ ബോധവൽക്കരിക്കാൻ വേണ്ടി കീടർടിംട്രു കുർകുർ കുർകീ ഇതോടെ വാർത്തകൾ കഴിഞ്ഞു.

അന്ന് ഞങ്ങളുടെ വായനശാലയുടെ മുന്നിൽ നിന്ന് കേൾക്കുന്ന സ്ഥിരം ശബ്ദകോലാഹലമാണിത്. അത് വരെ ഇടക്കിടെ ലളിതഗാനവും സിനിമാഗാനങ്ങളും വയലും വീടും പരിപാടിയും കഴിഞ്ഞാൽ 6 15 നു പ്രാദേശിക വാർത്ത ആരംഭിക്കും. വാർത്താപ്രക്ഷേപണം കേൾക്കാൻ ജനം വായനശാലക്ക് മുമ്പിൽ തടിച്ചുകൂടും. ആ സമയമാണ് നമ്മുടെ റേഡിയോ കുഴപ്പം ഉണ്ടാക്കുക. ഇതിന്റെ ഓപ്പറേറ്റർ എസ്.എം.കെ. മൊയ്തൂക്കയാണ്. പ്രവർത്തിക്കണമെങ്കിൽ 24 ബേറ്ററി ഒരു പെട്ടിയിൽ അടുക്കി വെച്ച് കണക്ഷൻ നൽകണം. മാറാല പോലെ അകത്തും പുറത്തും ആന്റിന തിരിച്ചും മറിച്ചും കെട്ടി ഉറപ്പിക്കണം. എന്നാലെ ഒച്ച പൊങ്ങൂ. വാർത്ത കേൾപ്പിക്കാൻ മൊയ്തൂക്ക റേഡിയോവിൽ തട്ടുകയും മുട്ടുകയും ചെവിപിടിച്ചു മുരണ്ടുകയും ഒക്കെ ചെയ്താലും ഫലമുണ്ടാവുകയില്ല. അതൊരു വാൾവ് റേഡിയോ ആയിരുന്നു. ട്രാൻസിസ്റ്റർ റേഡിയോ അന്ന് പ്രചാരത്തിൽ വന്നിട്ടില്ല. വീടുകളിലൊന്നും റേഡിയോ ഉണ്ടായിരുന്നില്ല. വളരെ കാലം കഴിഞ്ഞതിന് ശേഷമാണ് സാധാരണക്കാർ ഈ ഉപകരണം കൈകാര്യം ചെയ്യാൻ തുടങ്ങിയത്. അതിന് വർഷം തോറും ലൈസൻസ് പുതുക്കണമായിരുന്നു.

ഈ വായനശാലയുടെ സ്ഥാപനം 1948 ഫിബ്രവരി മാസത്തിലാണ്. ഞാൻ ജനിക്കുന്നതിനും മുമ്പ്. ഭാഗ്യത്തിന് ഓർമ്മശക്തി നശിക്കാത്ത രണ്ടു മഹൽവ്യക്തികൾ വായനശാലയുടെ ഉത്ഭവകഥ എനിക്ക് പറഞ്ഞു

തന്നു. കെ. പി. രാഘവേട്ടനും എസ്.എം.കെ. യൂസഫ്ക്കയുമാണ് ഇതിനെ സംബന്ധിച്ച എല്ലാ വിശദവിവരങ്ങളും നൽകിയത്. നമ്മുടെ രാഷ്ട്രപിതാവ് മഹാത്മ ഗാന്ധിജി വെടിയേറ്റു മരിച്ച 1948 ജനുവരി 30 നു ശേഷം 12 ദിവസത്തെ ദുഃഖാചരണം കഴിഞ്ഞപ്പോൾ കണ്ണവത്തെ ജനസമ്മതരായ കുറെ നേതാക്കൾ ഗാന്ധിയൻ ദർശനം പ്രചരിപ്പിക്കാൻ ഒരു വേദി ഉണ്ടാവണം എന്നു ചിന്തിച്ചു. തൽഫലമായി കെ.സി. പോക്കർക്കയുടെ പിടീകയുടെ മുകളിൽ ശ്രീ. എ.കെ. കുഞ്ഞനന്ദൻ മാസ്റ്ററുടെ നേതൃത്വത്തിൽ യോഗം ചേർന്നു. ആ താൽക്കാലിക കമ്മിറ്റിയിൽ ശ്രീ പാലക്കണ്ടി അമ്പൂട്ടി ഏട്ടൻ, അണ്ടത്തോടൻ മമ്മൂക്ക, കെ.സി. പോക്കർക്ക തുടങ്ങിയവർ അംഗങ്ങളായിരുന്നു. കമ്മിറ്റിയുടെ പ്രവർത്തനങ്ങൾക്കായി കെ. സി. പോക്കർക്ക അദ്ദേഹത്തിന്റെ കെട്ടിടം വാടകയില്ലാതെ വിട്ടുകൊടുത്തു. കണ്ണവം മൈതാനിയിൽ ഒരു കെട്ടിടം നിർമ്മിക്കാൻ താൽക്കാലിക സമിതി തീരുമാനിച്ചതിന്റെ അടിസ്ഥാനത്തിൽ അണ്ടത്തോടൻ മമ്മൂക്ക പ്രസിഡന്റും എ.കെ. കുഞ്ഞനന്ദൻ മാസ്റ്റർ സെക്രട്ടറിയുമായി ഒരു ബിൽഡിംഗ് കമ്മിറ്റി രൂപീകരിച്ചു. അതിൽ കെ. പി. രാഘവേട്ടനും എസ്.എം.കെ. യൂസഫ്ക്കയും അംഗങ്ങളായിരുന്നു. എല്ലാ കാര്യത്തിലും കെ. സി പോക്കർക്കയും മുന്നണിയിൽ ഉണ്ടായിരുന്നു. ഇവരുടെ ശ്രമഫലമായി അന്നത്തെ ജില്ലാ കളക്ടർ ചില ഉപാധികളോടെ പത്ത് സെന്റ് ഭൂമി വായനശാലക്ക് വേണ്ടി അനുവദിച്ചുകൊടുത്തു. പ്രസ്തുത വായനശാലക്ക് രാഷ്ട്രപിതാവിന്റെ ഓർമ്മ നില നിർത്താൻ ഗാന്ധി സ്മാരക വായനശാല എന്ന് നാമകരണം ചെയ്യപ്പെട്ടു. ബിൽഡിംഗിന്റെ തറകെട്ടി ഉയർത്തിയെങ്കിലും സാമ്പത്തിക ഞെരുക്കം കാരണം പിന്നീട് നിർമ്മാണ പ്രവർത്തനം ഒന്നും നടന്നില്ല. അത് കാരണം പത്ത് വർഷം കഴിഞ്ഞപ്പോൾ ഇതിനെ സംബന്ധിച്ചു സർക്കാരിൽ നിന്ന് കാര്യമായ ഇടപെടൽ ഉണ്ടായി. നിർദ്ദിഷ്ട കാലാവധിക്ക് മുമ്പ് കെട്ടിടം നിർമ്മിച്ചില്ലെങ്കിൽ സ്ഥലം സർക്കാർ തിരിച്ചെടുക്കും എന്ന ജില്ലാ കലക്ടറുടെ ഉത്തരവ് വന്നപ്പോൾ ശ്രീ. കുഞ്ഞനന്തൻ മാസ്റ്റർ, ശ്രീ. ബാലൻ മാസ്റ്റർ ശ്രീ. പാലക്കണ്ടി അമ്പൂട്ടി ഏട്ടൻ എന്നിവർ അവസരത്തിന് ഒത്ത് ഉണർന്നു പ്രവർത്തിച്ചു. അന്തരിച്ച എം.പി. കുഞ്ഞിമൂസക്ക വിലക്ക് വാങ്ങിയ പഴയ വീടിന്റെ കല്ല് ഇതിനുവേണ്ടി ദാനം ചെയ്തു. എ.കെ. കുഞ്ഞനന്ദൻ മാസ്റ്റർ അദ്ദേഹത്തിന്റെ വീട്ടിന് വേണ്ടി ഉണ്ടാക്കി വെച്ച കട്ടില വായനശാലക്ക് നൽകി. ആവശ്യമുള്ള മരം ശ്രീ. പാലക്കണ്ടി അമ്പുവേട്ടനും ഓട് പയ്യനാടൻ രോഹിണി എന്ന മഹതിയും നൽകി. ഒറ്റ നിലയും വരാന്തയും ഉള്ള കെട്ടിടത്തിന്റെ

ഗാന്ധി സ്മാരക വായനശാല

നിർമ്മാണം അങ്ങനെ പൂർത്തിയായി.

കെട്ടിടം പണിതെങ്കിലും വായനശാല തികച്ചും നിർജ്ജീവമായിരുന്നു. കമ്മിറ്റികൾ പലതും മാറി മാറി വന്നിട്ടും ബഹുജന സഹകരണം കാര്യമായി ഇല്ലത്തത് കൊണ്ട് റീഡിംഗ് റൂം എപ്പോഴും കാലിയായി തന്നെ. ആവശ്യമുള്ള പുസ്തകങ്ങളും പത്രങ്ങളും അവിടെ ഉണ്ടായിരുന്നില്ല. ക്രമേണ അത് അലഞ്ഞുതിരിഞ്ഞു നടക്കുന്ന പശുക്കൾക്കും ഭ്രാന്തന്മാർക്കും കിടക്കാനുള്ള താവളമായി തീർന്നു. പരിതാപകരമായ ഈ ഒരവസ്ഥക്ക് മാറ്റം വന്നത് ശ്രീ. പാലക്കണ്ടി വിജയൻ മാസ്റ്ററും എൻ.സി. പോക്കർ മാസ്റ്റർ ഇതിന്റെ സാരഥികളായി വന്നപ്പോഴാണ്. പ്രസിഡന്റ് പോക്കർ മാസ്റ്ററും, സെക്രട്ടറി വിജയൻ മാസ്റ്ററും സഹപ്രവർത്തകരും കെട്ടിടം പുതുക്കി പണിയാൻ തീരുമാനമെടുത്തു. പക്ഷേ അതിന് പ്രധാന തടസ്സം റവന്യൂ വകുപ്പിന്റെ കൈയിൽ ഇതിന് സംബന്ധിച്ച അനുമതിപത്രം ഇല്ല എന്നുള്ളതായിരുന്നു. കമ്മിറ്റിയുടെ ശ്രമഫലമായി

ഗാന്ധിജിയുടെ പേരുള്ള സ്താപനം എന്ന കാര്യം പരിഗണിച്ച് 10 സെന്റ് ഭൂമി ന്യായവിലക്ക് അനുവദിക്കാൻ ഡിപ്പാർട്ട്മെന്റ് സമ്മതപത്രം നൽകി. വിജയൻ മാസ്റ്റർ അദ്ദേഹത്തിന്റെ പ്രൊവിഡന്റ് ഫണ്ടിൽ നിന്ന് ലോണെടുത്താണ് ഈ തുക കണ്ടെത്തിയത്. അനുവദിച്ച് കിട്ടിയ സ്ഥലത്ത് എങ്ങിനെയൊക്കെയോ ഫണ്ട് രൂപീകരിച്ചു ഇന്ന് കാണുന്ന രീതിയിലുള്ള കെട്ടിടത്തിന്റെ തറ നിർമ്മിച്ചു. പുനഃസംഘടിപ്പിക്കപ്പെട്ട കമ്മിറ്റിയിൽ രാഷ്ട്രീയപാർട്ടി പ്രതിനിധികൾ ഉൾപ്പെടെ കുറെ അംഗങ്ങൾ ഉണ്ടായിരുന്നു. അതിന്റെ പ്രസിഡന്റ് പോക്കർ മാസ്റ്ററും സെക്രട്ടറി വിജയൻ മാസ്റ്ററും തന്നെ തുടർന്നു. എക്സിക്യുട്ടീവ് മെമ്പറായി കമ്മിറ്റിയിൽ ഈ ലേഖകനുമുണ്ടായിരുന്നു. കമ്മിറ്റിയുടെ ഏകകണ്ഠമായ തീരുമാനത്തിന്റെ അടിസ്ഥാനത്തിൽ വായനാമുറി ഒഴിച്ചു ബാക്കി കടമുറികൾ ലേലം മുഖേന ഡിപ്പോസിറ്റ് വാങ്ങി വാടകക്ക് നൽകി. അങ്ങിനെയാണ് ഇന്ന് എല്ലാ സൗകര്യങ്ങളോടും കൂടിയ നല്ലൊരു കെട്ടിടം പണിയാൻ സാധിച്ചത്. കാലാവധിക്ക് ശേഷം കമ്മിറ്റി ജനറൽബോഡി കൂടി നിലവിലുള്ള പുതിയ ഭാരവാഹികളെ തിരഞ്ഞെടുത്തു. ഇന്നത്തെ കമ്മിറ്റിയുടെ പ്രസിഡന്റെ എ. ടി അലിഹാജിയും സെക്രട്ടറി കെ. ദിനേശനുമാണ്. ഏറെക്കുറെ നല്ല നിലയിൽ വായനശാല പ്രവർത്തിച്ചു വരുന്നുണ്ടിപ്പോൾ. കൂടുതൽ പുസ്തകങ്ങളും മറ്റും പത്രമാധ്യമങ്ങളും ഉണ്ടാവണമെന്ന് കമ്മിറ്റി ആഗ്രഹിക്കുന്നുണ്ട്. കമ്മിറ്റിയുടെ ആഗ്രഹങ്ങൾ സഫലമായി തീരട്ടെ എന്ന് ആശംസിച്ചുകൊണ്ട് ഈ അദ്ധ്യായം അവസാനിപ്പിക്കുന്നു.

സംരക്ഷണം ആവശ്യപ്പെടുന്ന ചരിത്രവസ്തു

1823 ൽ പണി തീർത്ത കണ്ണവം പഴയ പാലത്തിന്റെ ഇരുന്നൂറാം വാർഷികം ആഘോഷിക്കാനുള്ള തയ്യാറെടുപ്പിലാണ് പ്രദേശവാസികൾ. അഭിമാനകരമായ ഈ സന്ദർഭത്തിൽ തൽസംബന്ധമായ ചില ചിതറിയ ചിന്തകളും കെട്ടുപിണഞ്ഞു കിടക്കുന്ന ഭൂതകാലസ്മരണകളും വായനക്കാരുമായി പങ്കുവെയ്ക്കാൻ ആഗ്രഹിക്കുന്നു. ഈ പാലം പണിയുന്നതിന് മുമ്പും ജനങ്ങൾ ഗതാഗതത്തിന് മറ്റൊരു വഴി സ്വീകരിച്ചു കാണുമല്ലോ? ഒരു താൽക്കാലിക പാലം (മരപ്പാലവുമാവാം) അവിടെ ഉണ്ടായിരുന്നു എന്നതിനുള്ള തെളിവുകൾ കാലത്തിന്റെ കുത്തൊഴുക്കുകളെ അതിജീവിച്ച് ഇന്നും സ്മാരക ശിലകളെ പോലെ ചില അവശിഷ്ടങ്ങളായി ചിതറിക്കിടപ്പുണ്ട്. ഈ ലേഖനത്തോടൊപ്പം അവ ചേർത്തിട്ടുണ്ട്. ഈസ്റ്റിന്ത്യാ കമ്പനി അവരുടെ സൈനികാവശ്യാർത്ഥം ഇത് കൂടുതൽ ബലപ്പെടുത്തിയിട്ട് ഉണ്ടാവണം. പാലത്തിന്റെ തൂണുകൾ പാറയിൽ ഉറപ്പിക്കാൻ പാകത്തിലുള്ള ചതുരക്കുഴികളും പുഴയുടെ കുറച്ച് ഭാഗങ്ങളിൽ റോഡിന് സമാനമായ കരിങ്കൽ നിർമ്മിതിയും ഇപ്പോഴും ദൃശ്യമാണ്. പഴശ്ശിത്തമ്പുരാനുമായി തൊടീക്കളം ശിവക്ഷേത്രത്തിന് സമീപം ബ്രിട്ടീഷ് പട ഏറ്റുമുട്ടി രണ്ട് സൈനിക ഓഫീസർമാർ കൊല്ലപ്പെട്ടതായി ചരിത്രരേഖകളിലുണ്ട്. ഇനിയുള്ളത് വസ്തുതകളെ വിശകലനം ചെയ്യുമ്പോൾ തോന്നുന്ന ചില ചിതറിയ ചിന്തകളും നിഗമനങ്ങളും മാത്രമാണ്. അത് വായനക്കാരുമായി പങ്കുവയ്ക്കുന്നു. അവ ശരിയാവണമെന്നില്ല. പക്ഷേ നിഗമനങ്ങൾ ചിലപ്പോൾ വസ്തുതകളായി മാറാറുണ്ട്. അതിനാൽ പ്രസ്തുത നിഗമനങ്ങൾ ചരിത്രാന്വേഷികളുടെ ശ്രദ്ധയിൽ കൊണ്ടുവരലാണ് ഈ ലേഖനത്തിന്റെ ഉദ്ദേശ ലക്ഷ്യം തന്നെ. ചരിത്രപണ്ഡിതർ ഇനി താഴെ പരാമർശിക്കുന്ന നിഗമനങ്ങൾ ഗവേഷണ വിഷയമാക്കണമെന്ന അഭ്യർത്ഥനയുമുണ്ട്. കേണൽ വെല്ലസ്ലി വെള്ളപട്ടാളത്തെ നിയന്ത്രിച്ചത് തലശ്ശേരി കോട്ട ആസ്ഥാനമാക്കിയാണ്. പഴശ്ശിരാജയെ കീഴ്പ്പെടുത്താൻ അദ്ദേഹം തൊടീക്കളത്തേക്ക് പട്ടാ

1823 ൽ ബ്രിട്ടീഷ്കാർ പണിത കണ്ണവംപാലം

പഴയ താൽകാലികപാലത്തിന്റെ അവശിഷ്ടങ്ങൾ

ളത്തെ അയച്ചത് മട്ടന്നൂർ വഴിയാവാൻ സാധ്യത കുറവാണ്. ആ വഴിയിൽ കൂടി പട്ടാളം സഞ്ചരിച്ചാൽ നേരെ പഴശ്ശിയുടെ ഒളിപ്പോരാളികളുടെ വായിൽ ചെന്നുപെടും. തമ്പുരാന്റെ സ്വാധീനമേഖലകളാണ് പുരളിമലയുടെ സമീപത്തുള്ള മട്ടന്നൂർ, പഴശ്ശി, ശിവപുരം പ്രദേശങ്ങൾ. കൂർമ്മബുദ്ധിയുള്ള വെല്ലസ്സിയെ പോലുള്ള പടനായകൻ അത്തരം ബുദ്ധിശൂന്യത കാണിക്കുമെന്ന് ഊഹിക്കാൻ പോലും ആവില്ല. അതുകൊണ്ട് സ്വാഭാവികമായും ബ്രിട്ടീഷ് പട്ടാളം പോയവഴി കണ്ണവത്തു കൂടിയായിരിക്കും. പട്ടാളനീക്കത്തിന് അനുയോജ്യമായ വിധം പാലം കൂടുതൽ ബലപ്പെടുത്തിയിട്ടുണ്ടാവാം. അതിന്റെ അടയാളങ്ങൾ ആവാം ഈ അവശിഷ്ടങ്ങൾ. പടനീക്കങ്ങൾക്ക് ശേഷം സൈനികവും വ്യാപാരപരവുമായ ആവശ്യങ്ങൾക്കു വേണ്ടി നല്ലൊരു പാലത്തിന്റെ പ്രയോജനം കമ്പനിക്ക് ബോധ്യപ്പെട്ടു കാണും. തൽസംബന്ധമായ മദ്രാസ് പ്രസിഡൻസിയുടെ തീരുമാനമായിരിക്കും 1823ൽ പൂർത്തീകരിച്ച പാലത്തിന്റെ നിർമ്മാണം.

നിലനിൽപിന്റെ സ്വരം

“കാ ഉറുപ്പികക്ക് മണ്ങ്ങ്യാപ്ലെ” കല്ലു ഏടത്തി മീൻ വിൽക്കുന്ന മമ്മത്ക്കാനോട് പറഞ്ഞു. അദ്ദേഹം കാൽ രൂപ വാങ്ങി ചെല്ലപ്പെട്ടിയിലിട്ടു ഒന്നു നിവർന്നു നിന്നു കുനിഞ്ഞു കൊടുത്തു. മീനിന് പകരം കുനിഞ്ഞു നിന്നുകൊടുത്ത മമ്മത്ക്കാന്റെ തമാശ കണ്ട് കാഴ്ചക്കാർക്ക് ചിരി അടക്കാനായില്ല. കല്ലു ഏടത്തി ആവശ്യപ്പെട്ടത് കാൽ രൂപയുടെ മണുങ്ങ് എന്ന മീനാണ്. നർമ്മം കലർന്ന തമാശ എത്ര നിഷ്ക്കളങ്കമാണെന്ന് കണ്ടോളൂ. അതാണ് അന്നത്തെ കണ്ണവത്തെ ജനങ്ങളുടെ സ്ഥായിയായ ഭാവം. ഇന്നാണെങ്കിൽ അതൊരു മീൻജിഹാദ് ആയി ചിത്രീകരിക്കുമായിരുന്നു. മറ്റൊരു മത്സ്യക്കച്ചവടക്കാരൻ ഞാലിൽ അഹമ്മദ്ക്കയായിരുന്നു. ചിലപ്പോഴെല്ലാം ഉപ്പിച്ചി മൊയ്തീനിക്ക എന്ന് വിളിക്കപ്പെടുന്ന കുണ്ടിനി മൊയ്തീനിക്കയും കൂടെ ഉണ്ടാവും. അദ്ദേഹത്തിന്റെ മറ്റൊരു ജോലി അമൽ പൊരിക്കിഴങ്ങ് ശേഖരിക്കലായിരുന്നു. അതൊരു ഔഷധ സസ്യത്തിന്റെ പേരാണ്. ഉണക്കിയെടുത്ത് മാർക്കറ്റിലെത്തിച്ചാൽ നല്ലവില കിട്ടും. ഒരു റാത്തലിന (അന്നത്തെ തൂക്കക്കട്ടി) 8 രൂപ വരെ വില കിട്ടുമായിരുന്നു. ബ്ലഡ് പ്രഷറിനുള്ള മരുന്നിന്റെ അസംസ്കൃത വസ്തുവാണ് സർപ്പഗന്ധി എന്നപേരിൽ അറിയപ്പെടുന്ന ഈ ഔഷധ ച്ചെടി. ഇന്ത്യയിൽനിന്ന് ഇത് ധാരാളം കയറ്റുമതി ചെയ്തിരുന്നു എന്നാണ് അറിവ്.

മീൻകാരുടെ താവളം കച്ചേരി ആലക്ക് സമീപമുള്ള ചെന്തമരി മരത്തിന്റെ ചുവട്ടിലാണ്. അതാണ് അന്നത്തെ മത്സ്യമാർക്കറ്റ്. മായം കലരാത്ത നല്ല രുചിയുള്ള മത്സ്യങ്ങൾ ലഭിക്കുമായിരുന്നു. ഐസ് മാത്രമേ മത്സ്യത്തിൽ ഉപയോഗിക്കാറുള്ളൂ. എന്നാൽ ഇന്നാകട്ടെ മെഡിക്കൽ വിദ്യാർത്ഥികൾ പഠനത്തിന് ഉപയോഗിക്കുന്ന ശവശരീരം കേടാവാതെ സൂക്ഷിക്കാനുള്ള ഫോർമലിൻ പോലും ചേർത്ത മത്സ്യങ്ങൾ മീൻ മാർക്കറ്റിൽ ലഭ്യമാണ്. തേക്കിലയിലും ഉപ്പിലയിലുമാണ് അന്ന് മത്സ്യം പൊതിഞ്ഞുകൊടുക്കുക. ഓലക്കണ്ണി കൊണ്ടു മെടഞ്ഞെടുക്കുന്ന കൊട്ടയും ചിലരുടെ കൈയിൽ കാണും. ഇന്ന് ഓരോ ദിവസവും ഒരു

പ്ലാസ്റ്റിക് സഞ്ചിയെങ്കിലും ഇതിന്റെ പേരിൽ വീട്ടിലെത്തും. പിന്നെ മിൽമ പാലിന്റെ ഒരു പേക്കറ്റും അല്ലറചില്ലറ സാധനങ്ങൾ വീട്ടിലെത്തിക്കാൻ ഒരു കാരിബേഗും. അങ്ങിനെ മൊത്തം പ്രതിദിനം മൂന്ന് പ്ലാസ്റ്റിക് നിർമ്മിത വസ്തുക്കൾ വീടുകളിൽ എത്തും. ഇത് അലക്ഷ്യമായി വലി ച്ചെറിഞ്ഞാൽ പത്തിരുനൂറ് വർഷം നശിച്ചുപോകാതെ മണ്ണിൽ ഒളിഞ്ഞു കിടക്കും. നമുക്ക് ലഭിക്കുന്ന മഴവെള്ളം ഭൂമയിലേക്ക് ഊർന്നിറങ്ങാൻ പ്ലാസ്റ്റിക് മാലിന്യങ്ങൾ അനുവദിക്കില്ല എന്നു മാത്രമല്ല അവ കാർഷിക ഉൽപന്നങ്ങളുടെ വളർച്ചയെയും ബാധിക്കും. ഇതിനെല്ലാമുപരി ഇത്തരം വസ്തുക്കൾ വർഷകാലത്ത് തോടുകളിൽ കൂടിയും റോഡിന്റെ ഇരു വശത്തുമുള്ള അഴുക്ക് ചാലിൽ കൂടിയും പുഴകളിലും പിന്നീട് കടലിലും എത്തിച്ചേരുന്നു. അടിഞ്ഞുകൂടുന്ന പ്ലാസ്റ്റിക് വസ്തുക്കൾ നമ്മുടെ മത്സ്യ സമ്പത്തിനെ കാര്യമായി ബാധിക്കും. നമ്മുടെ പുഴകളും ജലാശയങ്ങളും മാലിന്യകൂമ്പാരമായിട്ടുണ്ടിപ്പോൾ. ഒന്ന് നന്നായി പരിശോധിച്ചാൽ പുഴ വെള്ളത്തിൽ കുഞ്ഞുങ്ങൾക്ക് ഉപയോഗിക്കുന്ന ഡയപ്പറുകളും നാപ്കി നുകളും വരെ കണ്ടെത്താൻ കഴിയം. കുടിവെള്ളം മലിനമാക്കുന്ന ഈ പ്രവണത അത്യന്തം പ്രതിഷേധാർഹമാണെന്ന് ചൂണ്ടികാണിക്കേണ്ടി വരുന്നു. ഇതിനെല്ലാം സ്വയം നിയന്ത്രണം പാലിക്കുകയല്ലാതെ മറ്റു മാർഗ്ഗ ങ്ങളൊന്നുമില്ല.

പ്ലാസ്റ്റിക് പാഴ്‌വസ്തുക്കൾ ശാസ്ത്രീയമായി കൈകാര്യം ചെയ്യാൻ ഫലപ്രദമായ മാർഗ്ഗങ്ങൾ സ്വീകരിച്ചില്ലെങ്കിൽ നമ്മുടെ ആവാസ വ്യവ സ്ഥയെ തകിടം മറിച്ച് ഈ ഭൂഗോളം തന്നെ വാസയോഗ്യമല്ലാതാവും എന്ന് ശാസ്ത്രലോകം താക്കീത് നൽകിയിട്ടുണ്ട്. ഈ സുന്ദരവാസ സ്ഥലം നാം എല്ലാ അർത്ഥത്തിലും വിഷലിപ്തമാക്കിക്കൊണ്ടിരിക്കുക യാണ്. സർക്കാർ തലത്തിലുള്ള കർശ്ശന ഇടപെടലോടൊപ്പം പൊതുജ നങ്ങളിൽ വേണ്ടത്ര അവബോധം സൃഷ്ടിച്ചെടുക്കലുമാണ് ഇതിനുള്ള ഏക മാർഗ്ഗം. ബോധവൽക്കരണം സ്കൂൾ പാഠപുസ്തകങ്ങൾ വഴി തന്നെ ആരംഭിക്കാവുന്നതാണ്. പരിസ്ഥിതി സംരക്ഷിക്കാനുള്ള പൗര ബോധം നമ്മിൽ ഉണ്ടാവുന്നില്ലെങ്കിൽ നമ്മുടെ കുഞ്ഞുങ്ങൾക്ക് ഈ ഭൂമി അന്യമായിത്തീരും.

“ഇനി വരുന്നൊരു തലമുറക്ക് ഇവിടെ വാസം സാധ്യമോ” പ്രശ സ്തമായ ആ കവിതയുടെ ആദ്യവരികൾ ഉദ്ധരിച്ച് കൊണ്ട് ഞാനീ അദ്ധ്യായം ഇവിടെ അവസാനിപ്പിക്കുന്നു.